யவனிகா ஸ்ரீராம் கவிதைகள் – 2

யவனிகா ஸ்ரீராம் கவிதைகள் – 2

சொற்கள் உறங்கும் நூலகம்

திருடர்களின் சந்தை

எழுத்து பிரசுரம்

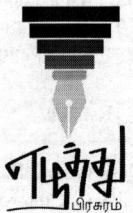

Title: Yavanika Sriram Kavithaigal - 2
Author's Name: Yavanika Sriram
Copyright © Yavanika Sriram
Published by Ezutthu Prachuram

All rights reserved. No part of this publication may be reproduced, stored in a retrieval system, or transmitted, in any form or by any means, electronic, mechanical, photocopying, recording, psychic, or otherwise, without the prior permission of the publishers.

**Ezutthu Prachuram**
(An imprint of Zero Degree Publishing)
No. 55(7), R Block, 6th Avenue,
Anna Nagar,
Chennai - 600 040

Website: www.zerodegreepublishing.com
E Mail id: zerodegreepublishing@gmail.com
Phone : 89250 61999

Ezutthu Prachuram First Edition: January 2021
ISBN: 978-93-91748-00-5
TITLE NO EP: 299

**Rs. 200/-**

Cover Design: Lark Baskaran
Layout: Vijayan, Creative Studio
*Printed at:* clictoprint | *Chennai-600 018.*

கவிஞர் செலமா பிரியதர்ஸன்
மகள் பிரபாவதி,
பேத்திகள் ட்ரீமா மற்றும் அதி
ஆகியோரின் அன்பிற்கு...

சொற்கள் உறங்கும் நூலகம்
2007

## ஏமாந்த கதை

பொருட்களுடன் வசிக்க நேர்ந்தாலும்
எனது உலகம் கதைகளால் ஆனது
பொருள் பொதிந்த கதைகளை
தீர்க்கதரிசிகள் சொல்லிச் செல்ல
நெடுநாளாய் அர்த்தமற்ற கதைகளை
அம்மா இரவுகளில் உளறி வைத்திருக்கிறாள்
என் கதைகளைத் தின்று போனவர்கள் போக
குழந்தைகள் என்கையால் உணவையும் உண்ணுகின்றன
கதைகளே இல்லாத பூமியில் இருந்து
வந்திருந்த ஒருவனுக்கு
கொஞ்சம் திராட்சைப் பழங்கள் கொடுத்து
ஒரு நரிக்கதை சொன்னேன்
காகம் தாகம் தீர்த்துக்கொண்டதும் அதுவே
பிறகு நரியிடம் ஏமாந்ததையும்
கேட்ட அவன்
தன் கண்களை அணைத்து
பற்களைக் கழற்றி வைத்தபின்
காதுகளை என் கையில் கொடுத்துவிட்டு
உறங்கிப் போனான்.

## கிழக்கின் பெண்கள்

கீழ்த்திசையில் பெண்கள் பராமரிக்கும்
வீடுகளை மாவுதிரிக்கும் கற்களைக்கொண்டு
மதிப்பிடுவது முட்டாள்தனமானது
உற்சாகம் அலையும் வெளிகளை மறைத்து
தடுக்கப்பட்டிருக்கிறது அவர்களது வீடு
படுக்கை விரிப்புகளையும் ஆடைகளையும்
வெங்காயத்தோல்கள் மற்றும் நாப்கின்களும்
கொட்டிக்கிடக்கும் குப்பையருகே
உலர்த்தும் வீடுகள்
சிறிய மின்மோட்டார்களின் சப்தம்
அடங்காமல் திரியும் குழந்தைகளின் முன்பு
சோர்ந்து ஏதும் செய்ய இயலாமல்
முகம்துவண்டு உட்கார்ந்திருக்கும் தளர்ந்தநிலையில்
பழுக்கப்பொரித்த உணவுகளும்
சகோதர சகோதரிகளுக்கான துக்கமும்
இடுக்குகளில் நமைச்சல் ஏற்படுத்தும்
வெப்பகால உறக்கமுமாய்
அவர்கள் ஏமாற்றத்தை வஞ்சகத்தாலும்
கருணையைக் கோபத்தாலும் வெளிப்படுத்துகிறார்கள்
அதிக முக்கியத்துவமில்லாத
நோய்க்குக் களம்விரித்துக் காத்திருக்கும் உடலை
யாரேனும் சில சமயம் அன்பு செய்யவும்
சிலர் மரியாதை நிமித்தம் தொட்டுப்பேசவும் நேர்கிறது
வீடுகளுக்கு வெளியே மழை நாளில்
கடவுளுக்கு நன்றி செலுத்திக் குழந்தைகளை
ஆசீர்வதிக்கிறார்கள்
அவர்களுக்காகவே நெற்பயிரும் காய்கறிகளும் விளைகின்றன
நடனம்மறந்து ஏதும்செய்ய இயலாமல் தளர்ந்து முகம் துவண்டு
கிழக்கே பெண்கள் வீடுகளில் வசிக்கிறார்கள்.

## உரையாடல்

அந்தகனுக்கும்
தொலைக்காட்சிப் பெட்டித்
தயாரிப்பாளனுக்குமிடையே
திருநங்கைகளுக்கும்
பிரசவம் பார்க்கும்
மருத்துவச்சிக்குமிடையே
நோயுற்ற பிச்சைக்காரனுக்கும்
நாட்டின் அதிபருக்குமிடையே
மிதமிஞ்சிய போதைக்காரனுக்கும்
தேகப்பயிற்சியாளனுக்குமிடையே
தீண்டத் தகாதவனுக்கும்
பாரம்பரிய மதப் பீடாதிபதிகளுக்குமிடையே
சுயமோகிக்கும் பணத்தோடு இளம்பெண்
தேடியலைபவனுக்குமிடையே
பெண்ணுக்கும் அவளது அந்தரங்க உறுப்புகளுக்குமிடையே
கடமையைச் செய்யும்போது குறுக்கிடவேண்டாம்
என்பது தவிர
அதிக உரையாடல் நிகழ
வாய்ப்பில்லை.

## விர்ச்சுவல் ரியாலிட்டி

கணினித் திரையில் அருவி வழிந்தபோது
கால்நனைத்துப் பழகினேன்
புலி வந்தபோது துப்பாக்கியை
தொட்டுபபார்த்துக் கொண்டேன்
உதட்டைக் குவித்த பெண்ணை
எழுந்துபோய் முத்தமிட்டேன்
பொரித்த மாமிசங்களைத்தான் அடைய முடியவில்லை
பெண்ணைப் புணர்ந்து அருவியில் குளித்து
துப்பாக்கியால் புலியைச் சுட்டபிறகே
உடைந்த கணினிக்குள் இருந்து
மாமிசத் துண்டுகளை எடுத்துக்கொள்ள முடிந்தது.

## சொல்வது நமது ஆனந்த்

ஆனந்த் சொல்கிறார்
தான் ஒரு வர்த்தக காலனியில் குடியிருப்பதாகவும்
அதன் மக்களால் தேர்ந்தெடுக்கப்பட்ட முகவர்களே
குறிப்பிட்ட சமூக நிறுவன எல்லைகளை
பாதுகாத்துக் கொண்டிருப்பதாகவும்
ஒருவனது தேசம் என்பதே
கற்பிதம் எனச் சொல்லும் அவர்
ஒரு இறக்குமதி கார் வைத்திருக்கிறார்
காலனியில் இளம்பெண்கள்
இலவசமாகக் கிடைப்பதாகக் கூறுமவர்
தான் ஒரு சர்க்கரை நோயாளி எனவும்
தனியார் கம்பெனி ஒன்றில் முப்பதாயிரம்
சம்பளம் பெறுவதாகவும்
அவ்வப்போது நட்சத்திர விடுதிகளில்
கேளிக்கைக்கிடையே பலகோடி பேரத்தில்
ஈடுபடும்போது தன்னால் எதையும்
அனுபவிக்க முடியவில்லை எனவும்
அங்கலாய்த்துக் கொள்கிறார்
கோட் சூட்டோடு வாசனைத் திரவியம் ப+சி
வரவேற்பறைப் பெண்களிடம் தன்னால்
பாலியல் குறும்பு மட்டுமே பண்ண முடிகிறது
என உதட்டைப்பிதுக்கும் ஆனந்திற்குச் சுமார்
நாற்பத்தைந்து வயது இருக்கலாம்
ஆண்டவன் எல்லாவற்றையும் அளந்துதான்
வைத்திருக்கிறான் எனத் தத்துவம் சொல்லும்
ஆனந்த் தன்னை ஒரு அமெரிக்கன் என்றே
குறிப்பிட விரும்புகிறார்
ஏழ்மையும் படிப்பறிவுமற்ற ஒரு காலனியில்
வர்த்தகக் குறியீட்டு எண்
அடிக்கடி சரிவது இயல்பானதுதான்

எப்படியும் மக்கள் உயிரோடிருக்கும் வரை
உற்பத்திக்கும் உடலுக்கும் வாங்குதிறனுக்கும்
புதிய குழந்தைகள் பெரியவர்களாகும் வரை
ஒரு காலனி என்பது
இயல்பூக்கமற்ற மந்தைகளின் நோய்த் தொகுதிதான்
எனப் பெருமூச்சு விடும் அவர்
கடவுளும்கூட ஒரு அமெரிக்கர்தானே
எனச் சொல்லி அட்டகாசமாகச் சிரிக்கறார்.

## அருமையான காரியம்

அசைந்தும் ஊர்ந்தும் செல்லும்
அனைத்தையும் குழந்தைகள் வியக்கின்றன
சிறிய குளம்புகளுடன் விலங்குகளின் கன்றுகள்
ஊர்வனவற்றைச் சீண்டி விளையாடும்போது
உலகம் ஒரு அருங்காட்சியகமாகத் தோன்றுகிறது
பிறகு எங்கும் ஒரு உரத்த குரலுக்கு
குழந்தைகள் வரிசையாக நிற்கப் பழகுகிறார்கள்
ஒரே ஒரு பாடல் அவர்களைக்
குடிமகன்களாக வீரர்களாக
கொடிக்குக் கீழ்வணக்கம்
செலுத்துபவர்களாக மாற்றுகிறது
உடைந்து போகும் பரிசுகளை அன்புடன்
வழங்கி மகிழ்கிறது காலம்
அவ்வப்போது பதற்றத்திற்கிடையே ஒரு முத்தம்
அவர்கள் வாங்குவதன் பொருட்டு
இன்னும் காத்துக் கிடக்கின்றது
காகித ரீம்களும் உறுதியான பாத்திரங்களும்
கிராம்பு மணக்கும் பற்பசைக் குழல்களும்
சில அடிமனைகளோடு கழிவறைப் பீங்கான்களும்
கடல்கடந்து சந்தைகளுடாக அவர்களை
விசாரித்துக்கொண்டு போகிறவனுக்குத் தெரியும்
தனது கழுத்துப் பட்டைகளைத் தளர்த்தியபடி
கைப்பெட்டியில் இருக்கும் உபகரணங்களின் மூலம்
அழவே அழாத ஒரு குழந்தையை
உருவாக்குவது எப்படி என
இந்நேரம் புதிய மனநோய் விடுதிகளையும்
சில விலங்குப் பண்ணைகளையும்
திறந்து வைத்துக் கொள்வது
உண்மையில் எவ்வளவு அருமையான காரியம்

# அங்காடித் தெரு

நெருக்கடி மிகுந்த ஒரு வணிக வீதியில்
நான் ஏன் நுழைகிறோம்
கையில் ஒரு துளியளவுகூட பணம் இல்லாமல்
மேலும் தரமான ஆடையணிந்த கோதுமைநிறப் பெண்கள்
என்ன வாங்குகிறார்கள்
அவர்களின் சோளியை யார் இப்படித் தைப்பது
நமது கையில் மாட்டப்பட்ட ரிமோட் கவரை
மறுத்து புன்னகையுடன் திருப்பி அளிக்கின்றோம்
நம்மிடம் பணம் இல்லை என்பதை
ஒருவரும் அனுமானிக்கவில்லை
இல்லையென்றால் அந்த நறுமணத் திரவியக்காரன்
நம் கழுத்தில் ஒரு துளியைத் தடவுவானா
விளம்பரப் பலகைகள் நியானில் கண் சிமிட்டுகின்றன
முகவர்களோ தோளைத் தொட்டு
நம்மைத் திசை திரும்புகிறார்கள்
நெருக்கும் கூட்டத்திற்கிடையே
அக்குளில் திணிக்கப்படும் விலைப்பட்டியல்களை
இடுக்கிக் கொள்கிறோம்
நம்மைத் தடுமாறி விழவைக்க முயன்றது
ஒரே அச்சில் வார்க்கப்பட்டு
மலைபோல் குவிந்திருக்கும் பிளாஸ்டிக் போணிகள்தான்
இப்போது அந்தச் சிறிய சபபாத்தி சுடும்
இயந்திரத்தை உற்றுப் பார்த்துவிட்டு
ஒரு இரயில் நிறைய முகப்பில்
வெளியேறும் பாதையில் நடந்துகொண்டிருக்கிறோம்
நம்மிடம் ஒரு சிறிய சீப்பும்
எளிதில் உடைந்துவிடக்கூடிய ஒரு பேனாவும்
சில இலவசக் கூப்பன்களோடு
மெல்லிய நறுமணமும் வீசுகிறது.

## அந்தியின் தீற்றல்

நிஜமேதான் ஒருசமயம் இரகசியமாய் இருந்தது
வேனிற்காலங்களில் மழை தூறுவது போல
இப்போது பேசுகிறவன் யாராகவும் இருக்கட்டும்
காயங்களில் இருந்து சீழ் வடிவதைப்போல
தூய ஒன்றிலிருந்து இறக்கப்பட்டது
புளித்த பாவத்தின் கள்
சிதறுகின்றன அதனதன் நிலத்தின் மேகம்
போய்வரச்சொல்லி அந்தியின் தீற்றல் சிவக்கிறது
அந்நியமானது மந்திரமடைத்த கற்பொருத்துகள்
ஒளிர்கிறது பாத விரிசலின் உள்ளெலும்பு
தூங்கப் பண்ணுகிறவர்கள் பாக்கியவான்கள்
மீண்டு எழுந்தவர்களின் சிதை நடுவே
ஒரு சாம்பல் மலர் பூத்திருந்தால்
நடுங்கிப் பிளவுறும் வெடிநிலமருகே
யாரேனும் உயிர் தரித்திருந்தால்
சொல்லியனுப்புங்கள் மெய்யாகவே
மெய்யாகவே இப்போது பேசுகிறவர்
யாராக இருந்தாலும்.

# அநாதைகளின் குளிர்காலம்

நமது முதுமைக் காலத்திற்கென
நான்கு சக்கர டிரக்கும் கூடாரத்துணியும்
ஒரு எரிவாயு அடுப்பும்
சேகரிக்கவேண்டிய அவசியத்திலிருக்கிறோம்
முறையே நீயும் நானும்
பாதுகாப்புத்துறைக்கும் மத்திய வரித்துறைக்கும்
மிகச்சரியாகப் பதினேழு வருடம்
இளமையைத் தாரை வார்த்தோம் இல்லையா
உயிர் உறையும் பனிப்பாதைகளில்
நீ வாகனம் ஓட்டிப்போகும் வேளையில்
மேற்கே அட்டைகள் குறுதியுறுஞ்சும்
காப்பிச் சரிவுகளில் உவ்வாமுள் கிழிக்க
குதிரைப் பொதியுடன் நான் காடுகளுக்குள் அலைந்தேன்
பால்யத்தில் நாம் கதறக் கதறச் சந்துகளில்
இழுத்துப் போய் முத்தமிட்ட முரடர்களை மறந்திருக்கின்றோம்
கசகசப்பும் அருவருப்புமாய் ஏன் அப்படி நடந்தது
பிறகு மெல்லிய ஓடைகளில் ஆளரவமற்ற
மழைக்காலத்தில் சிறுமீன்கள் அசையும் பளிங்குநீரில்
காட்டுவிலங்குகள் போல் நாம்
முத்தமிட்டுக் கொண்டதும் நேர்ந்தது
நம்காதலிகள் மணமாகிப் போய்விட்ட தெருக்களில்
நமது குழந்தைகள் விளையாடிக் கொண்டிருப்பதை
ஒருகணம் புறவயமாக்கிப் பார்க்க நேர்வதை
அதிர்ச்சியுடன் ஒப்புக் கொண்டிருக்கிறோம்
இப்படித்தான் நாம் பெற்றோர்களை இழந்ததுவும்
இன்னும் கொஞ்சம் வறண்ட நிலங்களையும்
நீர் பெருகி வழியம் அணைப்பரப்புகளையும்
ஓரிரவு முழுக்கக் கடற்கரை மணல் நிலவையும்
பயணத்துப் பார்க்கத்தான் வேண்டும்
உனக்கு வழங்கப்படும் சிவப்பு மதுவும்

என்னைக் கைவிட்டுக் கொண்டேயிருக்கும் கவிதைகளும்
அன்புடன் நமக்கு அனுசரிக்கப்பட்டிருக்கும் மரணமும்
இந்தப் பெருநிலத்தின் ஏதேனும் ஒரு சிறிய நீர்நிலையின்
வழித்தடத்தில் இயல்பாய்ச் சந்திக்கலாம்
நமது டிரக்கும் கூடாரமும்
கெட்டிலில் கொதிக்கும் தேனீரும்
அது ஒரு பனியிறங்கும் அநாதைகளின் குளிர்காலமாய்
இருக்கவென வேண்டிக்கொள்கிறேன்.

(ஏ.ஜி. மூர்த்திக்குச் சொல்வது)

# சொற்கள் உறங்கும் நூலகம்

அழுகிய நாற்றமும் உதிரக்கசிவும்
தென்படுவதாகப் புகார் தெரிவிக்கப்படவே
நேற்றுத்தான்
பகைப்புலத்தின் சொற்கள் உறங்கும்
என் அலமாரியைத் திறந்தேன்
மதகுநீர் பாயும் பழம் பூமியொன்றின் தாவா
இன்னும் தீரவில்லை என்றலறியபடியே பொத்தென
ஒரு கிழட்டுச்சொல் தரையில் விழுந்து வைத்தது
அலமாரியின் இடுக்குகளில் தெரிந்த துவாரங்களுக்குள்
எறும்புகளைப்போல சொற்கள் ஊர்ந்து
சென்றுகொண்டிருப்பதைப் பார்த்தேன்
ஆவணக் காப்பகங்களுக்கும் ஒரு மைய நூலகத்திற்கும்
எனது அலமாரிக்கும் இடையே
சொற்கள் வழிவைத்துக் கொண்டுவிட்டன
மொழியின் அத்தனை அலகுகளையும் கொண்ட
ஒரு பருத்த தொகுதிதான் கறுத்த இரத்தம் கசிய
மோசமான முறையில் அழுகி நாறிப்போயிருந்தன
உயிர்ப்பதைப்புடன் ஒன்றிரண்டு தலைதூக்கி விழித்தழுக
சாவகாசமாக நூற்றாண்டுகளைப் பிரசவித்துக் கொண்டிருந்த
ஆண் சொல்லொன்றையும் பெண் சொல்லொன்றையும்
தயவு செய்து வெளியேறும்படிக் கூறினேன்.
இதற்கிடையே மரத்திலிருந்து உதிர்ந்த சொல்லொன்று
மௌனமாய் விடைபெற்றுக் கொண்டது
வருத்தம் மேலிடும் அவகாசத்தில்

கொலை வெறியுடன் பதுக்கி வைக்கப்பட்டிருந்த சொற்கள்
சட்டெனத்தாவி மளமளவென
என் வாயினுள் நுழைந்துவிட்டதைப் பதறி அனுமானிக்குமுன்
அவை முற்றிலுமாகக் குரல்வளையைக் கடந்து விட்டிருந்தன
எனக்கான நூலகத்தின் ஒரே கதவைத்
தெரியாமல் அல்லவா திறந்து விட்டிருக்கிறேன்
ஆவேசத்துடன் அலமாரியைத்
தீயிட்டுக் கொளுத்தும் அவசரத்தின்போது
என் உடலின் உரோமத்துளைகளின் வழியே
எறும்புகள் வெளியேறிக் கால்வழியே
தரையில் படர்ந்து அல்லவா சென்று கொண்டிருக்கின்றன

## தலைமறைவுக் காலம்

மூன்றில் ஒருபகுதி வாழ்நாளை
உறங்கியே கழிக்க நேர்ந்ததை
வரலாறாக எழுதி வைத்தவனே
நமது நண்பனாக இருக்க முடியும்
மற்றபடி
வரலாற்றில் இருந்து
நண்டுக்கறியை உண்பது
உள்வாயில் சிறிய காயங்களை உண்டு பண்ணுகிறது
ஒரு காலத்தில் தீராத வயிற்றுவலியால்
வாலிபர்கள் தற்கொலை செய்துகொண்டார்கள்
சிலர் கழுவிலேற்றப்பட்டார்கள்
இருந்தும் நமது மத்திய வயதில்
தீர்க்கதரிசிகள் மற்றும் தூதுவர்களின்
சரிதத்தை முதன்முதலாக
தன் கன்னி மயிர்களை நீக்க செய்து கொண்டிருக்கும்
இளம் பெண்ணிற்கு உபதேசிக்கிறோம்
பிறகு ஒருவன்
சற்றே நீளும் தனது நிகழ்காலத்தை எடுத்துக்காட்டி
அவளை ஞாபக மறதியாக்கிவிடுகிறான்
இப்படித்தான்
மத்திய காலத்திலிருந்து
மறுமலர்ச்சிக் காலம்வரை
புரட்சிக்குப் பிந்தியதும்
காலனியத்திற்கு முந்தையதுமான

தலைமறைவுக் காலம் வரை
ஓரினப் புணர்ச்சியாளர்கள்
பிறக்க இருந்த ஒரு உழைக்கும் தலைமுறையையே
கொன்றழித்தார்கள்
நகரங்களைக் கடக்கும்
சரக்கு ரயில் பெட்டிகளின்
இடுக்கிலிருந்து கசியும் நீர்
கடல்வாழ் நண்டுகள் மற்றும்
மீன்களின் வரலாற்றைத்
தண்டவாளங்களின் சரளைக் கற்கள்மீது
நாள்தோறும் எழுதிச் செல்கிறது.

## வீட்டு விலங்கு

பிறந்த குழந்தைகளை
உயிருடனோ பிணமாகவோ
குப்பைத் தொட்டியில் போட்டு விடுபவர்கள்தான்
நாய்களுக்கு நல்லவகையான
புரதசத்துக் கிடைக்க உதவி செய்கிறார்கள்
நாக்கைத் தொங்கவிட்டவாறே
தலைகுனிந்தபடி நெடுஞ்சாலையில்
ஓடிக்கொண்டிருக்கும் நாய்
நகரமயமாகும் சூழலில்
அந்நியமாதலைக் குறிக்கிறது எனலாம்
நாய் வளர்ப்பவர்கள் இரவில்
மெலிதான போதை ஏற்றிக் கொண்டு
அதன் பின்புறத்தைக் கால்களுக்குள் வைத்து
கரமதுனம் செய்துவிட்டால்
தரைதோய முகம்பதித்து கால்நக்கி
ஆயுள் முழுதும் நமக்கு அடிமையாய்
இருப்பதைக் காணமுடியும்
வலுத்த மரத்தடியினால் அதன் மூளைப்பகுதியில்
ஓங்கி அடிக்கும்போது
காதுகளில் இரத்தம் வடிய
செத்துப்போகும் நாயானது
பந்துகளை எடுத்துவர குட்மார்னிங் சொல்ல
ஆளைக்கண்டு குறுக்கு நெடுக்குமாய் ஓடி
வாலாட்டி முனங்குவது வகையிலான

பாவ்லாக்களையெல்லாம் நம்மை
ஏமாற்றவே செய்து காட்டுகிறது
நள்ளிரவில் சோடியம் போன்று நாயின் கண்கள் ஒளிர்ந்தால்
அது கானகத்தின் அமானுஷ்யத்தைக் காட்டி
நம்மை அச்சுறுத்துகிறது என்று அர்த்தம்
சிலசமயம் கத்தியால் நம் கைவிரலில்
காயம் ஏற்படும்போது
சொட்டும் ஒருசில இரத்தத்துளிகளை
மௌனமாய் நக்கிவிட்டுப் போகும்
நாயை என்ன செய்வது.

## ஒருசில ரத்தத்துளிகள்

உறக்கத்தில் கைநழுவி விழும்
எனது தூரிகை ஓசையால்
பிரபஞ்சம் திடுக்கிட்டு அதிர்கிறது
உறக்கத்தில் அனைத்தும் கைநழுவிப்போய் விடும்
நம்பகமற்ற தன்மையே
எனது உடலையும் திடுக்கிடச் செய்கிறது
அவ்வாறே நழுவிப்போன போதை மறுபகலில் வெளியெல்லாம்
அலைகிறது
கனவிலும் நான் மது அருந்தியதில்லை
விழித்திருக்கும்போதே அருந்துகிறேன்
உறக்கமே நழுவிப்போய்விடும் இரவில்
பித்துடலின் நடமாட்டமாய்
ஒருவிலங்கின் பதற்றத்துடன்
உடல்கள் தேடியலையும் கனவு ஒன்று
நழுவிப் போவைகளுக்காக
பால்யத்தில் இருந்து தொடர்கிறது
திடுக்கிடல்களையே நான் காதலிக்கிறேன்
அச்சத்தையே தழுவித்துடிக்கிறேன்
உறங்கும் கழுத்தில் மென்மையாகப் பதியும்
எனது பற்களில் உயிர் இன்பத்தை உட்செலுத்துகிறேன்
திடுக்கிட்டு எழும்போது மறையும் எனதுடல்
அறையின் நிசப்தம் மேலும்
பயத்தின் கோபம் இயலாமையின் நிராசை
அவமானத்தின் கொலைவெறி

மற்றும் புலன்களால் ஆனது
அமைதியின் வாஞ்சை
எனது உடலில் துக்கம் உறங்கிக் கிடக்கிறது
தவறிவிடும் எழுதுகோலின் ஓசை நிர்மலமான
எனது பால்யத்தைத் திடுக்கிட்டு விரட்டுகிறது
மேலும் நான் நிர்வாணத்தில் உறங்காதிருக்கிறேன்
இந்த இரவு ஒருசில இரத்த துளிகளுக்கானது.

# புத்திசாலித்தனமான கப்பல்

அந்தியத் துறைமுகமொன்றில் பணிநிமித்தம் அந்த ஆசியன் காத்துக் கொண்டிருந்தபோது ஒரு காலத்தில் தனது தீபகற்பக் கரிசல்களில் விளைந்த பருத்திப் பொதிகளைச் சுமந்து வந்ததென ஒரு பழங்கப்பலுக்கு அறிமுகம் செய்து வைக்கப்பட்டான். காலத்தின் பயணம் இழந்தும் கனத்த மண்டை ஆணிகளில் பொருத்துகளோடு பாசிபடர்ந்தும் அரிப்புற்றும் நீண்டு வளைந்த பலகைகளால் முரட்டுத்தனமாக வனையப்பட்டிருந்த அக்கப்பல் துறைமுகத்தின் ஒரு வலிய கொழுமுனையில் இழுத்துக் கட்டப்பட்ட நிலையிலும் அடங்காமல் நண்பகல் வெயிலில் அசைந்து கொண்டிருந்தது. அதன் மேல்தளத்தை ஒரு மிதக்கும் நவீன விடுதியாக்கியிருந்தார்கள். மெல்லப் பார்வையிட்டபடியே அதன் இருண்ட மரப்படிகளின் வழியே அவன் கீழ்த்தளத்திற்கு இறங்கியபோது பலரும் மதுவருந்திக் கொண்டிருக்கக் கண்டான். அங்கிருந்த மேசைகள் பீப்பாய்கள், சுவர்ப்படங்கள், கயிற்றுக்கப்பிகள், குத்தீட்டிகள், ஆர்ட்லரி துப்பாக்கி மட்டைகள், நங்கூரத்தண்டு, சவுக்குகள் யாவும் அதன் காலத்தன்மைகள் மாறாமல் பாதுகாக்கப்பட்டிருப்பதாய் தோன்றியது. ஆயிரம் ராத்தல் பருத்தித் தாட்டுகளை உள்ளடக்கும் பெரும் வைப்பறையாக இருந்தது அந்தக் கீழ்த்தளம். நோட்டமிட்டவன். சூதாடும் பலகையொன்றை வைத்துக்கொண்டு ஆளில்லாமல் சுருட்டுப் பிடித்துக்கொண்டிருந்த ஒரு கிழவனிடம் சென்று எதிரிலமர்ந்தான். கீழை தேசத்து மெல்லிய பனியனும் முரட்டு கால்டிரவுசரும் அணிந்திருந்த கிழவன் பழுத்த இடுங்கிய கண்களில் ஆவல் மின்னப் பலகையை அவன் முன் நகர்த்தினான். அந்த ஆசியனோ மன்னிக்கவும் தனக்கு ஆடத்தெரியாது என்று மறுத்தவன் தனது தேசத்தைச் சொல்லி இங்கிருக்கும் ஒரு பிரபலமான ஆயத்த ஆடை நிறுவனத்துடன் வியாபார ஒப்பந்தம் பேச வந்திருப்பதாக அறிமுகம் செய்துகொண்டான். மெல்லிய புன்னகையுடன் தோளில் தட்டிக் கொடுத்து ஆமோதித்த அக்கிழவன் தெரியுமா உங்கள் தேசப்பருத்தி உலகத்தரத்தில் மிக மட்டமானது. அப்போது நான் லங்காஷயரில் ஒரு நெசவாளியாக இருந்தேன். அக்காலங்களில் அவை முரட்டுக் காடாத்துணிகள் நெய்யத்தான் பயன்படுத்தப்பட்டது எனத் தோள்களைக் குலுக்கிக்கொண்டான்.

அதிக மதுவினால் ஈறுகள் பாதிக்கப்பட்டு வேர்களில் இருந்து நீளும் பெரும்பற்களை மெலிந்த தன் கீற்று உதடுகளின் வழியே அவன் பிறந்து காட்டியபோது அரைக்கும் அதன் எந்திரத் தன்மை அச்சமூட்டியது. முயல்தோல் போல மென்மையாக்கப்பட்ட தன் பனியனை இழுத்துக்காட்டி இன்றைக்கும் உற்பத்திச்செலவு கருதி கிழக்கு நாடுகளிலிருந்து இறக்குமதி செய்யப்படும் கைத்துடைப்பான்கள், மேசைவிரிப்புகள், நறுமணமிடப்பட்ட பெண்களின் உள்ளாடைகள் போன்றவற்றால் எங்கள் தேசம் குப்பைக் கூடையாகிவிடுகிறது என்று கிழவன் சலித்துக் கொண்டான். உணர்ச்சிகளைக் கட்டுப்படுத்த இயலாமல் கைகளை மேசையில் பரப்பிய ஆசியன் கம்மிய குரலில் தன்னுடைய தேசத்தில் பருதத்தி சாகுபடி மிகவும் நசிந்துவிட்டது எனவும், விவசாயிகள் கடன் தொல்லை தாளாமல் தற்கொலை செய்து கொள்வதாகவும் துக்கித்தான். சிறிதுநேர மவுனத்திற்குப்பிறகு, பெருமூச்சுவிட்ட கிழவன் இறந்துபோன உங்கள் தேசத்தந்தை ஒரு புத்திசாலி என நினைவுகூர்ந்தவன் சட்டென இந்தக் கப்பல் அதைவிடப் புத்திசாலித்தனமானது இல்லையா என வெளி அதிரும்படி சத்தமாகச் சிரித்தான். ஏதோ தீய்ந்துகருகும் வாசனை வந்தது. தனது பனியனிலிருந்து சுருட்டுச் சாம்பலைத் தட்டிவிட்ட கிழவன் பாம்புகளைப் பிடிக்கும் கிழக்கு ஆசிய மாந்திரீகனான நீ இன்றைக்கு எங்களது உயர்ரக ஆடைகளை அணிந்து கடல் கடக்கும் உலக மனிதனாய் வலம் வருவது எவ்வளவு பெரிய வாய்ப்பு எனப் பாராட்டியதோடு வர்த்தகம் உலகத்தைச் சமன் செய்துவிட்டது எனக்கூறி உபசரிப்பிற்காகத் தங்களது தேசிய மதுபானத்தில் ஒருபெக் அருந்துமாறு உற்சாகமாகக் கோப்பையை உயர்த்தினான். அந்த ஆசியனோ மறுத்துவிட்டு சூதாடினால் மனைவி மக்களோடு தேசத்தையே இழந்துவிடும் ஒரு நாட்டிலிருந்து அல்லவா வருகிறேன் எனச்சொல்லி கைகளைக் குலுக்கி விடைபெற்றுக் கொண்டான். மீண்டும் அவன் மரப்படிகளில் ஏறும்போது பக்கச்சுவரில் சீமெண்ணெய் விளக்குத்தாங்கிய ஒரு கல்தூணைச் சுற்றி மனிதர்கள் பெருங்கூட்டமாய் எரியும் நெருப்பினுள் ஆடைகளைச் சுருட்டி வீசிக்கொண்டிருக்கும் ஒரு கறுப்பு வெள்ளைப் புகைப்படத்தை உற்றுபார்க்க நேர்ந்தபோது கால்களுக்கு அடியில் மரப்படிகள் மெல்ல அசைந்துக் கொண்டிருந்தன.

# இளம் ஜெனே

கடலின் ஆழ் குகைகளுக்குள்
புதிய உயிர்களைத் தேடிக் கொண்டிருக்கிறது காலம்
இரண்டு தொலைதூரப் பட்டணங்களை
இணைக்கும் பாலத்தின் மீது
போதையூட்டப்பட்ட ஒருவன் தலைகுப்புறக் கிடக்கிறான்
பணப்பயிர்த் தோட்டங்களின்
அட்டை வீடுகளில் இருந்து
நகரத்துள் திரியும் இளம்பெண்ணின் பசிக்கு
அவளின் ஒரு ராத்தல் இறைச்சியைப்
பிசைந்து விட்டுப் போனவன்
ப+மிக்கடியில் ஒயர்களைப் பிரித்துப் பேசுகிறான்
பங்குச் சந்தைகள் மூடப்பட்டிருக்கும் நாளில்
வெளியேறும் இறங்குமதி வாகனங்களுக்குள்
சுரங்கப்பாதைக்காரர்கள் பன்றி விரைகளையும்
அழுகிய முட்டைகளையும் எறிகிறார்கள்
இன்னும் அந்த உயரமான கட்டிடத்தின்
கண்ணாடிச் சுவர்கள் நொறுங்கிக் கொட்டுகின்றன
இளம் நெருப்புக் கோழியொன்றை
குடியிருப்பு வளாகத்தின் புல்வெளியில்
நாடோடிகள் குப்பை குவித்து வாட்டிக் கொண்டிருக்க
பின்னிரவில்
தனது நனைந்த நாப்கினை ஒரு பிராணியைப் போல்
தரையோடு நசுக்கிவிட்டுப் போகும் சூதாட்ட வாகனத்தை
ஆமோதித்துச் சிரிக்கிறாள்

தைலம் மினுங்கித் ததும்பும் மார்புகளுடன் ஒரு வேசி
நகரத்தை சூனியம் பற்றிப் பரவுகிறது
ஒரு நட்சத்திர விடுதியின் வெளிவாசலில்
நடப்பட்டிருந்த கொடிகள் சட்டெனப் பற்றி எரிய
கடப்பதற்கு ஒரு வாகனமுமற்று வெறிச்சிட்ட சாலையில்
பிசாசின் கண்களாய் மினுங்கிக் கொண்டிருக்கும்
சமிக்ஞை விளக்குகளின் மீது
காறியுமிழ்ந்தபடி போய்க் கொண்டிருக்கிறான்
இனம் ஜெனே
அவனது கறுப்புநிறச் சட்டையில்
செம்மஞ்சள் ஜ்வாலைகள்.

## தரிசனம்

கடலையும் மலைகளையும் நதிகளையும்
உடல் ஒடுங்கித் தரிசிப்பவன் முகத்தில்
தூவென உமிழ்கிறேன்
தனியான வனத்தில் நான் நுழையும் போது
அது நடுங்கிப் பதறுவதை
தன் இனமழியக் கூக்குரலிடுவதை
மலைகள் முட்டிமோதி எதிரொலிக்கின்றன
கடல் எழும்பிக் கரைபுரண்டு கதறுகிறது
வானம் இருண்டு சூரியன் தன் பால்வெளியில்
அதிர்ந்து திடுக்கிட்டுப் போக
பயத்தில் சட்டென ஒரு நதி வற்றிப்போனது
தரிசனம் கண்டவன் மயங்கிக் கிடக்கிறான்
இறந்தவைகளை எழுப்பும்போது
உயிருள்ளவன் அஞ்சுவது பேதமை
பிடித்த முயலொன்றையும் கனிந்த பழமொன்றையும்
தின்ற நான் நதிநீரள்ளிப் பருகினேன்
அற்ப தரிசனமெல்லாம் பிரம்மாண்டத்திலிருந்து
அஞ்சி விலகியிருந்தவனுக்குத்தான்
நான் உச்சிப்பாறையிலிருந்து சமவெளிகளுக்கு அப்பால்
சிகரங்களுக்குத் தாவுபவன்
பிணக்கோள்களுக்கிடையே பிரபஞ்சத்தில்
உயிர்பூத்துத் தனிமையாய்த் திரியும் ப+மியில் உதித்தவன்
ஒருபோதும் அந்தரத்தில் விளையாது அருகம்புல்.

## கொழுத்த பிராணி

ஒரு பொக்லைன் சாலையில்
ஊர்ந்து போகும்போது
அதன் கண்கள் ஆக்கிரமிப்புகளைக் கவனமாக
உற்றுப்பார்க்கின்றன
மேலும் தரையைத் தூர்க்கும் அதன்வாய்
டினோசர்களைப் போலக் குடிசைகளைக் கவ்வி
தூர எறிகிறது
கால்களை வலுவாக ஊன்றி தலையைத்திருப்பி
அலறிக்கொண்டிருப்பவர்களையும்
குரைக்கும் நாட்டு நாய்களையும் கொத்தி விரட்டுகிறது
டீசல் குடித்துத் தெருக்களில் திரியும்
கொழுத்த அரசுப் பிராணியான பொக்லைன்
கழுதையின் ராடுபோலத் தன் ஹைட்ராலிக்
தண்டுகளைப் புழுத்தி எக்கும்போது பொலபொலவென
கண்மயங்கிச் சரிகின்றன கட்டிடங்கள்
ஒருகணம் தனது நாவைச் சரேலென நீட்டி
வாய்ப்புறத்து மணற்துகள்களை நக்கிவிட்டு
உள்ளிழுத்துக்கொள்ளும் பொக்லைன்
தலையைக் குலுக்கி
கழுத்தை ஒருமுறை மேலும் கீழுமாக ஆட்டிவிட்டு
நாட்டுநாய்கள் பின்தொடர புன்னகையுடன்
தன் மரவட்டைக் கால்களால் விரைந்து போகிறது

## உலகம் இசக்கியை உழைக்கவே வைக்கிறது

முட்டாளும் விறகு உடைப்பவனுமாகிய இசக்கி
ஒரு மோசமான அதிகாலையில் இனி ஒருபோதும்
தான் உழைப்பதில்லை எனச்சொல்லி ஆவேசத்துடன்
கோடாரியை விட்டெறிந்தான்
அகன்றுபோன தன் கால்களுக்கிடையில்
தலை கவிழ்த்து
முகம்புதைத்து உறங்கும்
அவனுக்கு எப்படித் தெரியும்
இந்த அருமையான அதிகாலையில்
உலகம் முழுவதும் அதே முடிவை எடுத்திருப்பது பற்றி
முதல் பத்துநாள் அவரவர் கையிருப்பைத்
தின்று தீர்ப்பது என முடிவாயிற்று
அடுத்த பத்துநாள் அதிகம் இருந்தவரிடமிருந்து
கோரியும் பிடுங்கியும் தின்னும்படி நேர்ந்தது
கடைசி பத்துநாள் மிச்சமீதி அனைத்தையும்
வழித்து வாயில் போட்டுக் கொள்ள
தலைதூக்கிய இசக்கிக்குப் பசி கண்ணை மருட்டியது
எங்கும் உணவில்லை
பரிதாபமாய் கோடாரியைத் தூக்கி
தோளில் போட்டுக்கொண்டு இசக்கி தனது
வளைந்த கால்களால் நகரத் தொடங்கினான்
ஆனால்
அவனுக்கு எப்படித் தெரியாமல் இருக்கும்
இந்த அருமையான அதிகாலையில்
உலகம் முழுவதும் இதே முடிவை எடுத்திருப்பது பற்றி

# ஆண்டறிக்கை

ஆண்டு முழுவதும் மிகச்சில நிமிஷங்களுக்காக
யாருடன் எதற்கு இருப்பது யாரும் இன்னும் பலரும்
ஒருபோதும் விசுவாசமாய் இருக்க முடியாது யாரும்
இன்னும் சிலரும் பலரும்
அது ஒரு கடற்கரை அல்லது
மழைதூறும் வனத்தினுள் நெருப்பெரியும் குடிசை
அவனுக்கு மட்டுமில்லை அந்த முத்தம்
ஈரம் காயாமல்
அவனுக்கும் அவனிடமிருந்து இவளுக்கும்
இவனிடமிருந்து அவனுக்கும்கூட
அவன் இவனுடன் இவன் அவளுடன்
எவனுடனாவது எவளாவது இருக்கத்தான் வேண்டும்
எப்படி எப்படி இருக்க முடியும்
அலகு சொருகப்பட்ட வாயைப்போல்
அதுஒரு ஹால் அல்லது அடைக்கப்பட்ட புல்வெளி
அல்லது சுழலும் பூமியின் ஒரு இடம்
அங்கு காரமிட்டு மொறுமொறுத்த கடலைகள்
ஈரம் மினுக்கும் உடல்தசைகள்
மீன் தொட்டிகள் மேலும் இசையொலி
ஒரு ஆண்டறிக்கை வாசிக்கப்படுகிறது
குற்றம் காண முடியாத ஆண்டறிக்கை
யாரும் யாருடனும் பேசிக்கொண்டிருப்பது போல
குறைகாண முடியாது யாரும்
தொட்டியின் நீர்ப்பரப்பில் முணுமுணுக்கும்

மீன்குட்டிகளின் உதட்டில் யார் முத்தமிடுவது இன்னும் சிலரும்
அது சேமியாக்களை உறையிலிடுவது தொழிற்சாலை
அல்லது விளம்பரப் படப்பிபடிப்புத்தளம்
இதுவரை மோட்டார் விபத்துகளில்
பலியான இளம் பையன்கள் பற்றியதும்
புனிதச் செலவுகளின் அவசியம் குறித்த
ஆண்டறிக்கையுடன் ஒரு பந்தயத்திடலுக்கு வருவதற்கு
ஒருசில நிமிஷங்களே இருக்கிறது
மேசைக்கடியில் தொட்டுக் கொண்டிருக்கும்
உணர்ச்சிகளை விலக்கி
சேமியாக்களின் சூப்பை அருந்த வேண்டும்
ஆண்டு முழுவதும் மிகச்சில நிமிஷங்களுக்காக.

# விலை நிலங்கள்

இழைகள் பிரிகின்றன
ஒளிரும் உடலின் மௌனக் கதிர்கள்
நிறம் மாறிக் கூதிர்காலத் தனிமை தழுவ
பசையற்ற இதழில் நிக்கோடின் கசப்பு
விலை நிலங்களற்ற இடத்தில்
நிலவைச் சந்திக்க விருப்பம்
யாரோ அழுகிறார்கள்
பிலாக்கணத்தில் இருள்கிறது உலகம்
தீண்டுதலற்ற உன் தேகம்
ஜடங்களில் நசுங்கிச் சிதையும் அந்தகாரதத்தில்
விரல் முனைகள் தொழுவில் மடங்குகிறது
உனது இரகசியங்களின் இயல்பினை
நேற்றின் திட்டமும் நீளும் காலமும்
அபகரித்துவிட்டதை அறிந்தே
நான் மலர்களின் இதழ்களைப் பிய்த்தெடுக்கிறேன்
ஒரு சவுக்கின் சொடுக்கென
வார்த்தைகள் பழகிவிட்டாய்
முன்நெற்றியில் ஒரு ஒற்றைரோமம்
உனக்கு இரங்கள் அனுஷ்டிக்கிறது
நீயும் திருடப்பட்டுவிடுவாய்
என்பதில் சந்தேகமில்லை
எனக்கென்ன
மானமின்றிப் போனபின்பு
எதையும் திருப்பிக்கொடுக்க வழியின்றி
செத்துக் கொண்டிருக்கிறது காலம்.

# வெற்றுத் தொழிற்கூடம்

சாம்பல் நிறக் கண்களுடன்
வினிகரில் கலந்து அடித்த சுடுமுட்டைக் குழம்பினை
உறிஞ்சிக் கொண்டிருக்கின்றான்
புறவழிச்சாலையில் சுங்கச்சாவடியின்
ஓய்வு மேசையின் கீழ் மழைஈரம்
மெல்லிய வாசனைகளை எழுப்புகிறது
அவன் போகக்கூடும்
சிறிய மார்பகங்களுடன் அவனை
ஏமாற்றித் திரியும் ஒரு பெண்ணின்
வெற்றுத் தொழிற்கூடத்திற்கு
கடற்காற்று வீசும் நகரங்களில் ஆணும் பெண்ணும்
குழந்தைகளுடன் அலுப்பூட்டுகிறார்கள்
அவன் பென்சில் போன்ற ஒரு சிகரட்டைப் பற்றிக் கொள்கிறான்
ஃபைபர் இழையொத்த மெல்லிய நகத்தினடியில்
ரோஜா நிறத்தில் இரத்தம்
தூய்மையாய் இருப்பதைப் பார்த்தேன்
அவனை எனக்குத் தெரியும்
கிழிந்த டயர்களும் நெளிந்த பானட்டுகளும்
தாறுமாறாய் கிடக்கும் வாகனப் பழுதகத்தில்
ஒரு டின் பியரைக் குடித்துவிட்டு
உதட்டில் முத்தமிட்டிருக்கிறேன்
அவன் என் துடைகளின் ஆடும் கொடி முந்திரி
என் கதவின் உள்தாழ்ப்பாள்
அவனை நேசிக்கிறேன்
இனிய நாட்களில்
சிவந்த முட்டைக் காளான்கள்
பரிமாறப்படும் போதெல்லாம் எனக்கு
அவன் ஞாபகம்தான்
உண்மையில் அவனைக் காதலிக்கிறேன்
இந்த நகரத்தில் அவன் திரிவது

கடவுளின் நடமாட்டத்தைப் போன்றது
இப்போது அந்தி நிறத்தாலான ஆடைகளை இருவரும்
அணிந்து கெர்ணடிருக்கிறோம்
மெல்லிய கவிச்சி மணம்வீசும்
சுடுமுட்டைக் குழம்பினை ருசிக்கும்போது
அப்படியே துழாவி முத்தமிட்டுக் கொள்வது
எத்தனை கிளர்ச்சியானது
யாருக்குதான் தெரியாது கடற்காற்றில்
ஆண்கள் முத்தமிட்டுக் கொள்கிறார்கள் என
துணியும் ஒரு வாய்ப்பின் பரவசத்தை உடலோடு
பற்றிக் கொள்ளவும்கூட
மேலும் இந்நகரம் அநாவசியமாகத்தான் கூச்சலிடுகிறது
லாரிகள் தாமதித்து நகரும்
சுங்கச்சாவடியிலிருந்து விடுமுறைக்கு
நீர்த்தாவரங்கள் அடர்ந்து
செங்கால் நாரைகள் வந்திறங்கும்
ஒரு சிறிய தீவிற்குப் பயணித்துக் கொண்டிருக்கிறோம்.

# படித்துறைப் பெண்கள்

தூங்காத நகரமொன்றில்
அல்லிகள் ஆடும் படித்துறை மீது
நிலவு காய்ந்து கொண்டிருந்த
ஒரு ஒற்றை முலைக்காரி
கற்றூண் மண்டபங்களில்
தன் மாணிக்கப்பரல் சிலம்பொன்றினைக்
காணவில்லையென விளம்பரம் செய்திருந்தாள்
இடமுலையின் வடுநீவும் அவள் விரல்களில்
தீப்பொறி கனிந்து கொண்டிருந்தது
ராஜகோபுரத்து ஆபரணக்கடைச் சந்து
கனத்த ப+ட்டுகளுடன் சாத்தப்பட்டிருக்க
அள்ளிமுடியாத கூந்தலை
வலப்பக்கக் கொங்கைமேல் ஒருக்களித்து
நடனமாடும் கணிகையர் வீதிநோக்கி
கானல்வரிப் பாடல் ஒன்றை முணுமுணுத்தாள்
கடல்கொண்ட நகரத்தின் அலைச்சத்தமும்
தனித்துவிடப்பட்ட தன் நெடுவழிப்பாதையும்
எண்ணெய் வணிகர்களின் கபாடம் திறக்கும்
துரக்கோல்களின் கிண்கிணியில் கலைந்துபோக
கருக்கலறிந்து பதறியெழுந்தவள்
மேற்குக் கோபுரத்தின் உள்படிகளில்
தாவியேறி உச்சிபோய்ப் பதுங்கினாள்
பயந்து சடசடத்து வெளிக்கிட்டன நான்மாடக்கூடலின்
கபிலநயனப் புறாப்போத்துகள்
இரவு கலவி முடித்து மெல்லக் கருவறை திறந்து
எட்டிப்பார்த்த ஒரு மூன்றுமுலைக்காரி
நடுமுலையைக் கைகளால் மறைத்தபடி
பனியிறங்கும் படித்துறைபார்த்து
பெருமூச்சுவிட்டு தன் தண்டைகள் நலுங்க
ஆடை கலைந்தவள் அல்லிக்குளம்
இறங்கி நீந்தத் துவங்கினாள்.

# அவிழ்ந்த நூற்கண்டு

அவளை நீங்கள் தொடர்ந்து அழைத்து வருவதை
நிறுத்த முடியாதா
புதிய ஆடைகளில் திணித்துக்கொண்டாலும்
அவள்தான் ஓயாது உங்களைத் தொடர்கிறாள்
இப்படித்தான் வானம் மழையும் வெயிலுமாக
வருடந்தோறும் காட்சியளிக்கிறது
நீர்க்குளங்களைப் போலவும்
ஒரு முதிய மரத்தின் பட்டைகளைப்போலவும்
சமயத்தில் அவிழ்ந்த நூற்கண்டினைப் போலவும்
இருந்த அவளை யார் உங்களுடன் சேர்த்தது
மேலும் அவள் இரகசியமாய் எப்போதேனும்
ஒரு பயணம் மேற்கொண்டிருப்பாளா
இல்லை படுக்கையில் உங்களைச்
சலித்திருக்கக்கூடும்
புகைக்கும்போது யோசிக்காதீர்கள்
நொதித்த மாட்டுச்சாணத்தைப்போல்
முகத்தை அசைக்கிறாள்
அசந்தர்ப்பமாய் உங்கள் பெயரில்
பணம் கட்டப்பட்டுவிட்ட இரசீது அவள்
புத்திசாலித்தனமாய் நழுவவிடாமல்
இங்கிருந்து அழைத்துப் போங்கள் அவளை
ஞாபகம் உள்ளவளைப் போலவும்
உங்கள் அருகே முதிர்ந்த ஞானம் உள்ளவளைப் போலவும்
அவள் புன்னகைப்பது மிகுந்த சோகமாயிருக்கிறது.

# அருவியின் ஆற்றல்

உன் கேவல் ஒலிக்கும் அந்தகாரத்தில்
சூரியன் மறைந்து கொண்டிருக்கிறது
நள்ளிரவுப் பூச்சிகள் எக்காளமிடும்
கோர இரவு முழுவதும் ஆந்தைகள் சடசடக்கும்போது
உன் பிலாக்கணத்தில்
மோகமுற்ற சல்லாபக் குளிர்காற்று என் உடல்தழுவி
எழுந்து முனகும் ஓசை
புல்லரிக்கும்
உன் முலைகளின் விறைப்பில் கூர்ந்து
சிற்சில மர இலைகளை உதிர்த்தவாறு
ஒரே வீச்சில் என்னைக் கடந்துபோகும்
நான் ஒரு இலையை உன்யோனியெனச் சேகரிப்பேன்
உன் உச்சரிப்பின் பருவ வாசமுணர்ந்து
பெருவிலங்குகள் புணர்ந்து கொள்ள
சில நாய்கள் குருதி கசியப் பிரிந்தும் இருக்கலாம்
உன் விழிப்படலம் வெப்பமுற்றுச் சிவக்கும் தருணத்தில்
நீலமேகம் நிலவை விந்தெனச் சொட்டும்
குறுகுறுத்த மலர்கள் சூல்கொண்டு முகம்வாடும்
உன் இடைநழுவிப்பெருத்த அவயங்கள்
கன்றிச் சிவக்கும் வெறிமுடைந்த புணர்ச்சிக்கு
அருவியின் ஆற்றலற்றுத் திகைத்து நிறிறேன்
மின்மினிப் புழுக்கள் சிலவற்றையும் சேகரித்தவாறே
உன் கேவல் ஒலிக்கும் அந்தகாரத்தில்
உன்னைச் சந்திக்க விருப்பம் இல்லை
எனது இலையை மின்மினிகள் துளையிட்டுக் கொண்டிருக்கின்றன
நீ அழுவதானால் எப்போதும் உன் தாயின்
கண்ணீரில் இருந்து துவங்கிவிடுகிறாய்
நான் செய்ததெல்லாம் உன் உச்சரிப்பின்போதே
உன் இதழ்கவ்வி உன்னை மௌனித்ததுதான்.

## நினைவில் இல்லாத நாள்

நாளை என்பது
முழுநீள ரஸ்தாவில் வாகனங்கள்
அற்றுப்போகும்படிச் செய்வது
மற்றும் ஒரு பழத்தில் பாதியை மீதம் வைப்பது
நேற்று என்பது
தேநீர்க் கோப்பைகளை விருந்தினர்களுக்கென்று
அடிக்கடி கழுவுவது கூடவே
கதவு தட்டப்படுவதற்காக
அலுப்புடன் காத்திருப்பது
இன்று என்பது
ஆடைகளைக் கண்ணாடிமுன் சரிசெய்து கொள்வது
என்றாலும் மூத்திரப்பிறையில்
சிறுநீரில் ரத்தம் வருகிறதா என்று கவனிப்பது
நினைவில் இல்லாத நாள் ஒன்றில்
ஆடுகள் உச்சிநோக்க
மலைமுகட்டில் இறங்கிச் செல்கிறது
குளிர்பான நிறத்துச் சூரியன்
நின்று பொழியும் மழையிரவில்
ஆழ்ந்த உறக்கத்தில்
சரிந்து கொண்டிருக்கிறது
நாள்.

# இசைதரும் நீர்க்கிண்ணங்கள்

உன் உள்ளாடைகள்
சன்னலின் வழியே இறங்கித் தழுவும்
மேகங்களைப்போல் நழுவுகிறது
புத்த விகாரைகளில் இருந்து
மெல்லிய நீர்க்கிண்ண ஓசைகள்
உதர்ந்த உதடுகளால் நீ கிசுகிசுப்பது
எனது சருமங்களில் கரும்புச் சாராயமாய்ப் பரவுகிறது
ஒவ்வொரு முதத்த்திற்குப் பிறகும்
ஸ்படிகச் சுவையூட்டும் உன் இதழ்களை
மலர்த்திக் கொள்கிறாய்
சுழலும் பிரபஞ்சப் படுக்கை
துல்லியமான ஒளிப்பாதையில் மிதக்க
இரண்டு நீர்தொகுதிகளின்
வெப்பஆற்றல் முயக்கமாய் ஒளிர்ந்து கொள்ளும்
நுளம்பும் உன்பால்வீதித் திசுக்களில்
கசிகிறது சூரிய மசகு
திகைப்படைந்து விரைகிறது
உராய்வின் நுண்ணிழைத் தாரைகள்
சர்க்கரையிடப்பட்ட பழக்கலவைகள்
மேலும் எழுந்துகொள்ளும்முன் ஒரு சிகரெட்
இரண்டு நீர்க்கிண்ணங்களில்
எப்போதும் ஒரு புதிய சிம்பனி
உனது இறால் உதடுகளில்
பனி எண்ணெய் மினுங்குகிறது
புத்தன் இசைக்கிறான்
காற்றில் அவனது குச்சி
கடலின் கிண்ணம் அதிர்கிறது.

# நினைவுகளோடு நீளும் காலம்

தாடைகள் நடுங்கும் இந்த வாடைக்காற்றில்
எனதுவீட்டுக் குளிர்ப்பதனப் பெட்டியைத் தட்டிவந்தவன்
துருவப்பனியில் இருந்து ஒழுகி
நீண்டவனாகத்தான் இருக்க வேண்டும்
என் மனைவியை அவன் வசீகரித்துக் கொண்டிருந்த காலை
வெளியே குளிர் சிறிய ஓடைகளில் சீறிச்செல்கிறது
தேனீரகம் மற்றும் உணவு விடுதிகள் அருகே
பழம் நினைவுகளோடு மனிதர்கள் நீளும் காலத்தில்
அனுசரிக்க வேண்டியதைப் பற்றி ஆழ்ந்து
கதைத்துக் கொண்டிருந்தார்கள்
மெல்லிய பனிமூட்டம் தாழ்ந்துபோகிறது
காட்டு மொச்சைகள் முதிரும் பருவத்தில்
வன்குளிர்வீசும் இந்தக காலையானது
ஓய்வுடன் நீண்ட உறக்கத்தையும் கோருகிறது
சந்தேகமேயில்லை
அவன் ஒரு பனிமனிதன்தான்
மிதவெப்ப மண்டலத்தைச் சேர்ந்த என் மனைவியோ
அழகிய தேமல்களுடன் அபரிமிதமான
உடல்சூடும் கொண்டவள்
மேலும் அவன் குளிர்கால அனுசரணங்களை
எனக்குச் சொல்லித் தரும்போது
அன்றாடம் பனிவிழும் பாதைகள்
எப்படிச் செப்பனிடுகிறான் என்பதையும்
எனக்களித்த மென்மயிர்த் தொப்பிகள்
எந்த விலங்கால் ஆனது என்பதையும்
கரை உருளும் சீல்கள் மனிதர்களை நம்புவது குறித்தும்
தெரிந்துகொள்ள முடிந்தது
ஒரு கவளம் பச்சை வெண்ணெய் பெற்றுக்கொண்டு
மலைகளுக்கும் கடலுக்குமிடையே
கொஞ்சம் புழங்குநீர் ஊடாடும் பூமியில்

கரடிகளைப் போல் விச்ராந்தியாய்
மீன் பிடித்துக் கொண்டிருப்பதைத் தவிர
பெரிய பிரபஞ்ச இரகசியம் என்ன இருக்கிறது என்றான்
நீண்ட காலமாய்ப் பல்துலக்க ஒரு நார்க்குச்சியை
நம்பாத நான் என் துர்நாற்றம் பிடித்த வாயால்
சில நியாயங்களைச் சொல்லத்தான் செய்தேன்
ஆயினும் இந்தக் குளிர்காலத்தில்
ஒரு படுக்கையும் வாய்ப்பாக
இன்னொருவனையும் என்மனைவி எடுத்துக் கொண்டிருக்கிறாள்
ஒரு தயவற்ற கோடையில்
கொஞ்சம் இனக்கொதிப்புடன்
சொந்தமான யாவற்றையும் செப்பனிட்டு
மனஉறுதி செய்துகொள்ளப் பகைக்கும் நாளில்
ஓரளவு புழுங்கு நீரைப் பனிக்கட்டிகளாக்கும்
அவசியத்திற்கென தான் துருவத்திலிருந்து
மீண்டும் வரவேண்டியிருப்பதாகக் கூறிய
அந்தப் பனிமனிதன் மெல்லக் கதவிழுத்து
முட்டைகள் மிளகாய் குழம்பு தயிர்
மற்றும் கொத்துமல்லித் தழைகளை
நசுக்கிவிடாமல் உறைதட்டில் இறுகிக்கிடக்கும்
வெளிர்சிவப்பு மீன் துண்டங்களின் வழியே
கிளைகளற்றுப் பனிசொரியும் நீண்ட மரங்கள்
நிறைந்த தனது பள்ளத்தாக்கினுள் சென்று
உறைந்து போனான்
ஏனோ இந்த வன்குளிர் வீசும் கூதிற்பருவத்தில்
என்மீது மனைவியின் காதல்
அபரிமிதமாய் இருந்தது.

# சுயம்

மயக்கமுற்று எழத்தடுமாறி
உடல்முழுவதும் உன்யோனி ஈரம் கசியக்கிடந்தேன்
கொடும்காற்றின் வெப்பம் இரைந்து
நிலக்குழிகளில் ஓங்காரமிடுகிறது
இழந்த பால்மீட்க உன் கல்குலையா முலைகள்
என் உமிழ்நீரைத் துளாவிச் சிலிர்க்கின்றன
என் உதடுகளின் வழியே ஆழ்ந்த முதத்தினுள்
பெருகும் ஜீவரசத்தை இடம்மாற்றிக் கொள்கிறாய்
இழைகள் அடர்ந்த உன் கடிதடமோ சீறுகிறது
என் மேனியெங்கும்
அவயங்களின் போதாமையை
தன் உளிநாவால் துவட்டுகிறது
தலைகனத்த என்பித்தம் பற்றிப் பிடுங்குகிறது உன் பற்தெறிப்பு
குவிதலற்ற என் தட்டை மார்பொன்றை
வற்புறுத்திச் சுணங்குகிறாய்
ஆலிங்கனத்தின் கட்டிறுக்கத்தில்
என் கண்கள் உன் சுரதம் கசியும் துளைகளானதை
வழித்தெறிகிறது என் பதறும் விரல்கள்
மூழ்குகிறேன் உன் பனிக்குடத்தின் அடர்த்தியில்
கடல்மீளத் துடிக்கிறது கற்பிதங்களாலான எனதுயிர்
அரற்றும் குரூரம் மறைந்து நீ துப்பிப்போன
சுக்கிலம் மணத்துக் கிடக்கும் சுயம்.

# கடவுளின் முட்டைகள்

முந்திரி விழாவில்
வாகனத்தின்மீது நீதானே
மேலாடைகளை விலக்கிக்காட்டியது
கடவுளின் முட்டையை ஏன்
என்மீது எறிந்தாய்
வார்த்தைகள் பிடித்து அலைகிறேன்
பெரும் நீர்த்தொட்டியில் வைத்து
பால்சுறா ஒன்றை இசைக்கிடையே
புணர்ந்து கொண்டிருக்கிறது எனது தியானம்
சொல் நான் உன் மனிதனா
விளைநிலங்களுக்கும் உலோக இரைச்சலுக்குமிடையே
நமது வாழிடம் வாய்த்துவிட்டதைக்
கடவுளுக்குச் சொல்லத்தான் வேண்டுமெனில்
எழுந்துவா
உனது சாட்சியற்று அந்தக் கிழட்டுப்பயல்
எனக்கொரு சுருட்டையும் தரமாட்டான்
மேலும் பால்சுறாக்கள் கடவுளால் படைக்கப்பட்டதல்ல
அவனது ஆற்றையும் சொர்க்கத்திற்கான
பாலத்தையும் நான்
குறுக்கு வழியில் கடந்தவனென என்மீது அவன்
வஞ்சினம் கொண்டுள்ளான்
எல்லா மொழிகளில் லிபிகளையும் கருக்கொண்டிருக்கம்
கடவுளின் முட்டைகளைத் திராட்சைகளைப்போல
எவ்வளவு அலட்சியமாக வீணாக்குகிறாய்
நீதான் அவனுக்குச் சொல்ல முடியும்
நீதானே இந்த நிலம் திருத்தியவள்
விலக்கிக்காட்டியதும் நீதான்
அவன் அளித்த முட்டைகளை
அவன் முகத்திலேயே விட்டெறி
வார்த்தைகள் பிடித்துச் சாகட்டும் அந்தப்பழம்தின்னி
உண்மையில் கடவுளால் படைக்கப்படாதவள் நீ
நான் உனது போலி

## கைவிரிக்கும் சிறுவர்கள்

பழைய மரச்சட்டங்கள் விற்கும்
ஒரு புறம்போக்குத் தடாலடியில்
கூண்டிலடைக்கப்பட்ட பறவைகளையும்
துர்நாற்றம் பொங்கும் சாக்கடையொன்றில்
துடித்து மல்லாந்த சதுப்புநில முதலையையும் கண்டேன்
உடல் முழுக்க சதைத்திரட்சிகள் முடிச்சுகளாய்த் தொங்கும்
வயிறு பெருத்தவன் எதிர்ப்பட்டான்
தோளில் கழுகுடன் ஒருவன் கடந்து போனான்
அழுகிய ஈறுகளுடன் சீழ்போன்ற
திரவம் ஒன்றைப் பாத்திரத்தில் ஏந்தியபடி
ஒரு குரங்காட்டி குடிப்பதற்குப் பணம்கேட்டு நச்சரிக்க
குற்றுயிராய் அடிபட்ட இரண்டு முயல்களை
விலைக்கு வாங்கச் சிந்தையில்லை
பெட்ரோல் நிலையத்தில் அள்ளிவந்த ஆணுறைகளை
கைவிரித்துக் காட்டுகிறார்கள் சிறுவர்கள்
அவர்கள் ஒருவீட்டின் மேல் குச்சிற்கு
என்னை அழைக்கிறார்கள்
மாற்றுஎண் பொறிக்கப்பட்டு புதிய வண்ணம் பூசிய
இருசக்கர வாகனத்திற்காக நான் வந்திருந்தேன்
நகரத்துள் இருந்து அவர்கள் இன்னும் திரும்பவில்லை
நெடுநேரமாய் ஒருகண் ஒழுகிப்போனவன்
என்னைப் பின்தொடர்வது கண்டு திடுக்கிட்டு
ஏசி விரட்டும்படியாயிற்று
தீயில் கருகிய கன்னத்துடன் அவள் புகைத்துக் கொண்டிருந்தாள்
உட்கார்ந்துவிட்ட கித்தான் கூடாரங்களிலிருந்து
வளவளப்பாக மினுங்கும் அரணைகள்
வெளியே வந்து நாவை நீட்டிக் காற்றைத் துழாவின
புணர்ச்சியைக் குறுகுறுக்க வைக்கும் மயிர்வளையங்களை
கல்பலகையில் இறைத்து கடுத்த நாட்டுமதுவை
குடித்துக் கொண்டிருந்தான் ஒரு ஓட்டைப்பல்லன்

இரவு கறுக்கத் துவங்கியிருந்தது
சாயம்பூசிய உதட்டில் வளையம் தொங்கும்
முரட்டுப் பெண்ணொருத்தி எங்கிருந்தோ விரைந்து வந்து
என்னைச் சுவரோடு அழுத்தி முத்தமிட்டாள்
நான் அவளது மார்புகளைப் பிடித்துத் தள்ளினேன்
வளையம் கிழித்து ஒருதுளி ரத்தம்
என் உதட்டில் கசிந்தது
பதற்றத்துடன் ஓடி பாலத்தின்மீது ஏறித் திரும்பினேன்
நிலவை விழுங்கிய பாம்புபோல
அந்தத்தெரு வால்வளைத்து மினுங்கியது.

# கலை நயமிக்க மதுக்குவளைகள்

பதினாறாம் நூற்றாண்டின்
இறுதி ஆண்டுகளில் ஒருநாள்
அழகிய மரமஞ்சங்கள் செய்யும் தச்சன் ஒருவனை
கிழக்கிலிருந்து பாயும்
ஒரு நதிக்கரையோரச் சிறுநகரத்தில்
பொழுது சாயும் வேளளையில் சந்தித்தேன்
மரப்பீப்பாயில் நுரைத்த ஒயினைச்
சிறிது பருகக் கொடுத்தான்
ஓவியங்கள் சில சுவரிலிருந்தன
என்னிடமிருந்து சல்லாத்துணிகளையும்
திரைச்சீலைகளையும் அவன் பார்வையிட்டான்
விளை நிலங்களுக்கான அதிக வரியை எதிர்த்து
எப்போதும் குதிரையின் தண்டுவடத்தில்
பயணிக்கும் தாசியொருத்தி
மன்னனைப் படுக்கைக்கு அழைத்துத் திரிந்தநேரம்
தன் காதலியின் யோனி நிறத்தில் ஒரு ப+வைத்தேடி
கவிஞனொருவன் ஊர் திரும்பாமல்
மலைச்சரிவுகளில் அலைவதாக ஒருகதையும் இருந்தது
தச்சனின் சப்ரமஞ்சத்தின் மேல்
குருதி பெருகக் கிடந்த மன்னனும்
தாசியின் கல்லறையில் பூத்த மலரொன்றும்
விளைநிலங்கள் பொய்த்துப் பஞ்சம் தலைவிரித்தாடியதும்
பனுவல் ஒன்றில் பதியப்பட்டு
அந்நூற்றாண்டின் தலைசிறந்த இலக்கியமாயிற்று
எழுதிய கிழவன் பைத்தியம் பிடித்துச் செத்தது தனிக்கதை
இருபத்தோராம் நூற்றாண்டின் வசந்த ருதுவின்
ஆரம்ப நாட்களிலேயே தச்சன் எனது திரைச்சீலையின்
தைல ஓவியத்தை ஒரு கம்பளத் தயாரிப்பாளனுக்கு
விற்றுவிட்டது தெரியவந்தது
விரிந்த நகரத்தில் இரவு நடனவிடுதியொன்றின்

மேல்தளத்தில் விரிக்கப்பட்ட அக்கம்பளத்தின்
மீதான குறுமஞ்சங்களில் தன்
தன்மானத்திற்கு விடப்பட்ட சவாலாக
ஒரு நூறு அமெரிக்க டாலருக்கு
தொடையில் அமர மறுத்த ஒரு ஐரிஷ் பெண்
பணிவுடன் தனது பெயர் லின் என்றும்
தான் வாடிக்கையாளர்களுக்கு பியர் மட்டுமே
வழங்கும் சேவைப்பெண் எனவும்
தெரிவித்துக் கொண்டாள்
பணங்காட்டியவன்
அதிகாலை நடனவிடுதியின் படித்தளத்தில்
கல்வித்தண்டில் இரத்தம் பெருக
இறந்து கிடநதபோது
தப்பித்துப்போனவள் லின்தான் என்றும்
அவளுக்குக் கூடுதலாக நாகா என்ற
பெயருமுண்டு எனத்தெரிந்தது
கடைமடையும் தானியம் பொலிய
கல்லணை கட்டிய கரிகாலா
பரியின் மூலவடத்தில் நிதம்ப நிறமுடைய
ஒரு பூ மலருமென்றால்
ஆறு சலசலக்கும் அர்த்த சாமத்தில்
இடிச்சிரிப்புடன் தாசியின் கல்லறை தோண்டி
கூக்குரலிட்ட கிழவனின் பசியநாக்கு
தடித்துக் கறுத்துத் தார்ச்சாலைகளாய்
நீளும் நகரத்தில்
கலை நயமிக்க மதுக்குவளைகளோடு
திரியும் நாகாவை இந்நூற்றாண்டின்
பனுவலாக்க ஊர்திரும்பாமல்
அலையத்தான் வேண்டும் கவிஞன்.

# பருவம் தவறுவது

இடைவெட்டாய்ப் பக்கவாட்டில் அலையாதே
காட்சிகளை ஒரு கேமிராவைப் போல
சேகரிக்க முடியவில்லை
எதிரில் பிணம் வந்தால் நல்லது என்கிறார்கள்
நமக்குக் கோடைகாலம் தோல் புண்களோடு
திமிரையும் கொண்டுவருகிறது
கால்நடைகளை அது கழிச்சலுக்குள்ளாக்குகிறது
பருவம் தவறுவது நம்மைச் சுயநலமாக்குவதற்குத்தான்
இல்லையெனில் மழைக்காலத்தில்
தானியங்களின் விலை ஏன் கூடுகிறது
நம்மில் பலர் இறந்துபோனவர்கள் போல
ஏன் காணாமல் போய்விடுகிறார்கள்
தயவுசெய்து
பக்கவாட்டில் இருந்து எப்போதும் அழைக்காதே
அது மரணத்தை ஞாபகப்படுத்துகிறது
அம்புக்குறிபோல் முன்நோக்கிச் சென்றுகொண்டிருந்த
பறவைக்கூட்டத்தை ஏதோ ஒன்று
சரேலெனப் பக்கவாட்டில் இழுத்து மறைத்ததை
இன்று நான் வானத்தில் பார்த்தேன்.

## கண்கள் ஒளிரும் வருகையாளர்

முதியவர்களைக் கொல்லும்
பனிக்காலம் கடந்தபிறகு
நீளும் வெப்பத்தால் துருவேறிய பொருட்கள்
சிதிலமடைகின்றன
நாள் முதிர்ந்து முதிர்ந்து குழந்தைகளைத்
தனக்குள் தொலைத்துவிடுகிறது
யானைகள் வசிக்கும் பூமியை வந்தடைகின்றன
வயலெலிகள்
செம்படவனின் கண்கள்
நிறமாறும் கடலைநோக்கி
உற்சாகமாகக் கூக்குரலிடுகிறது
இங்கு வருகைதர இருப்பது யார்
முன்பு எத்தனைமுறை அந்த வருகை நிகழ்ந்தது
நிலைத்திருக்கும்படி வற்புறுத்தியது எந்த ஆசீர்வாதம்
ப+னையின் பாதங்களால் உலகை அளக்கும்போது
எலிவளையில் மழைக்காலத்தின் குட்டிகள்
பிசுபிசுப்பதை நெருப்பு எறும்புகள்
மோப்பம் பிடிக்கின்றன
இச்சம்பவத்தின்போது தனது கண்கள் ஒளிர்ந்ததாக
ஒரு தீர்க்கதரிசி கூறியிருக்கிறார்
வந்துபோகிறவர்களுக்கு அடையாளமாக
சில சொற்கள் நடப்படுகின்றன
அந்தச் சின்னஞ்சிறிய பெண்
கடந்துபோகும் தார்ச்சாலை
கூழாங்கற்களும் நாணலும் மலிந்து
மஞ்சள் மலர்கள் மிதக்கும்
ஒரு ஓடையாய் மாறுகிறது.

# பரிபாடல்

உனது உறக்கக் காலங்கள் இரகசியம் ப+ண்டு
ஆர்ப்பரிக்கும் வேளை
நான் எழுப்பிச்சென்ற பேரோசை
உன் உயிரில் படரும் அந்தரங்கத்தின் கதகதப்பாய்
தேவதைகளின் வரலாற்று வீரியமாய்
வேண்டுதல்களின் மறைவுகளிலிருந்து
உன் கம்பீரம் நெகிழ்படும்
எனது சுலோகங்களின்
பிரக்ஞையற்ற சொற்களுக்கு இதழ் கொடுத்திருப்பாய்
சலனமற்ற நீரின் அடிப்பரப்பில்
விரைந்து நெளிகிறது மீனின் அசைவு
குமிழியிட்டு எழுகின்றன
உன் இயக்கத்தின் அத்தனை துக்கமும்
அகம் குளிரப்போர்த்தி அடங்குகிறது
என் வேதனையின் பரிபாடல்
கிரகங்களின் சுழற்சிகளிலிருந்து
தப்பிக்க ஏலாத நம் எத்தனங்கள்
மற்றும் பிரபஞ்சத்தின் உறுப்பென்ற
கசப்பு வாட்டுவதாய் என்இரத்ததை
உன் உதடுகளிலிருந்து
துடைத்துக்கொண்டே நீ சொன்னாய்
நான் உனது மாமிசத்தை இன்னும்
புசித்துக் கொண்டிருக்கிறேன்.

# மேலும் விபத்துக்கள்

பிரதான சாலைக்கும் குறுக்கு வீதிக்குமான சந்திப்பில்
ஒரு பருவப்பெண்
ரொட்டிமாவும் உலர்ந்த மீன்களும் நிறைந்த
கடையைவிட்டு வெளியேறுகிறாள்
குளிரூட்டம் கொண்ட நீளமான பேருந்து அவளை மறைக்கிறது
பிறகு ஒரு கன்டெய்னர் லாரி
ஒரு டாக்ஸி டிரைவர்
எடுப்பான மார்பகங்கள்
காற்றில் நறுமணம்
கணினி மென்பொருள் மையத்திலிருந்து
சிலர் ஓடுகிறார்கள்
அவள் ஒத்துக்கொள்கிறாள் கேமரா வழியாக
சன்னாவுடன் ரொட்டியைச் சாலையோர
மரங்களுக்குகீழ் வைத்து உண்ணுவது
இந்த நகரத்தைவிட்டு தன்னைப்
போகாமலிருக்கச் செய்கிறது
பல காரணங்கள்
இப்போது அந்த டாக்ஸி டிரைவர் விபத்துக்குள்ளானதற்கு
தான் மேலாடை அணியாமல் வந்ததை மட்டுமே
குறைசொல்வது நியாயமற்றது
மேலும் விபத்துக்கள்...

# கோயிலிலிருந்து கிடங்கிற்கு

காகங்கள் மறுகிச் சுழன்று வட்டம்போட
குளிர்ந்த காற்று வீசும் மழைக்குறிப்புகள்
உன்னை நினைவு கொள்கின்றன
நெடுந்தொலைவில் இருந்து ஒரு அகதி போல
உன்னைத் தேடியலைகிறேன்
உரக்கத் தெறிக்கிறது மழை
என் உரோமக்கால்களில்
மழை நனைக்க உனைப் புணர்ந்த சிலிர்ப்புகள்
கோவில் தூண்கள் தோறும் உன்னை மறைத்து
மறைத்து முத்தமிட்ட நாட்கள்
எனது உள்ளங்கையில் இப்படித்தான்
மழைபோல் நிரம்பியிருக்கக்கூடும் உனது கண்ணீர்
உன் தளிர் வயிற்றில் என் தலையழுத்தி
நீ உறங்க வைத்தபோதும்
காது கடித்து கண்களில் இதழ் பதித்த போதும்
பருவ காலங்களின் அத்தனை விதிகளையும்
இழந்திருந்தோம்
இன்று எதிர்ப்பின்றி உன்னைப் பிணம்போல் புணரும்
கனவொன்று மிச்சமிருக்கிறது
வெற்று மழைச்சரங்கள் கோர்த்து என் முயக்கம்
என்னை முந்தி நடுங்குகிறது
தாட்சயண்மற்ற என் குறிகுத்திப் பிளந்ததோ என்னவோ
நிறைசூல் மேகத்தின் பிண்டமாய்க கசிந்து
ஊற்றுகிறது மழை
என் மேனியெங்கும் நீ தழுவும் மண்வாசனை
இதோ உன் யோனிப் பள்ளங்களில் ஓடி
சுழிக்கும் பெரும் நதி
உன் முலைகளைத் தழுவும் மேகக்கூட்டம்
இதோ காகங்கள் விரித்து வைத்த நமது நிலம்
அதோ நீ போய் மறைந்த சுண்ணக்கிடங்கு.

# விசுவாசத்தின் விறைப்பு

விசுவாசிக்கிறாயா
இந்தத் தேகம் பொன்குடம்போல் ஒளிர்வதை
உதடுகளிலிருந்து உறைந்த இசையை
ஸ்பரிசிக்கும் உன் சாரீரப் பயணம்
அலைகடலைப் போல் பேரோசை எழுப்புகிறதா
என் மார்பு முனைகளை
விடாது கொத்தும் உன்பற்களில் இருந்து
தீவிர தசை இறுக்கத்தை அடிவயிற்றில் உணர்கிறேன்
அங்கே உன் இதழ் தீட்டும் ஓவியங்கள்
வண்ணம் மாறிமாறி வழிகிறது
மீன் தின்னும் பூனையைப்போல் தலை கலைந்து நிமிர்கிறாய்
உன் முகத்தில் பால்மணம்
அந்த ஸ்படிகக் கண்கள் ஏவும் காமம் என்
எல்லா ஜலதாரைகளிலும் இரகசியம் துழாவுகிறது
உன் பசி அறிவேன்
சோர்ந்த உன் முகம் தூக்கித் திகைத்து
என் கண்ணீரில் உன் உதடு நனைப்பேன்
தின்னத் தரமுடியாத என் மார்பகங்கள்
சிதைந்து குருதிகாண
குரூரம் பதியனிட்ட உன் பால்யத்தை என் மதனத்தில்
பிழிந்து வடிப்பேன்
என் முனை கசியக்கசிய
நீ அழும் காரணம் எனக்குத் தெரியும்
தெரியும் உன் விசுவாசத்தின் விறைப்பு.

## ஆயதச்சாலை

ஆயுதங்களை ஏற்றிச் செல்லும்
வாகனங்களுக்கான சாலைகளின் வரைபடத்தை
கணக்கிட முயல்வது சவாலான ஒன்று
பெரும்மீன் ஒன்று கரையில் இறந்துகிடக்கும்போது
அதை ஒருவர் அறிவது சுலபம் என்றாலும்
தற்கொலைகளுக்கான அந்தச்சாலை
ஒருமனிதனின் வாயிலிருந்தே தொடங்குகிறது
நடுமுதுகுத்தண்டில் இறங்கி புட்டத்தில்
எகிறிக்குதிக்கிறது ஒரு பீரங்கி வாகனம்
கீழ்த்திசையின் சாலைகளில் ஓய்வெடுக்கும்
அவ்வாகனங்களில் இருந்து சிலசமயம்
உணவுப் பொட்டலங்கள் இலவசமாகக் கிடைப்பதை
உயிரற்றவர்கள் உண்ண மறுப்பதாக
புள்ளிவிவரங்கள் தெரிவிக்கின்றன
நீங்கள் வரைபடத்தைத் தெளிவாகப் பாருங்கள்
அழகிய சாலைகளின் குறிப்பல்ல அது
புனித ஆலயங்களுக்குப் போகும் நடைபாதையும் கிடையாது
திரும்ப முடியாமல் முதுகில்
அழுந்தும் துப்பாக்கியுடன் நீங்கள் நடக்கும் சாலை
யோனியைக் குகையாய்ப் பாவித்து
சீறிச்சென்று மறையும் ஆயுதங்களின் சாலை
குழந்தைகளின் கோட்டுச் சித்திரத்தில்
அல்லது கிறுக்கல்களில் இருக்கிறது
அதன் உண்மையான வரைபடம்
பறவைகள் விலங்குகள் தாவரங்களுக்கிடையே
வானத்திலும் கடலுக்குள்ளும்
ஒரு வரைபடத்தைத் தொடர்ந்து செல்வது எத்தனை சிரமம்
எழுதுபவன் கைகளின் மேலும்
கேள்வி கேட்பவனின் கால்களின் மேலும்
நசுக்கிச் செல்லும் அவ்வாகனம்
ஒரு குடும்பஸ்தனைத் தன்முன்னால் நிறுத்தி
நடுங்கிச் சிறுநீர் கழிக்க வைக்கிறது.

## அமானுஷ்ய நடமாட்டம்

நகரமெங்கும் உறங்கும் உடல்களை
சன்னல்களில் தொங்கவிட்டுப்போகும் ஒருபைத்தியம்
பாத்திரங்கள் கழுவும் குசினியின்
துவாரத்திலிருந்து கரப்பான் பூச்சியைப்
போல எட்டிப்பார்க்கிறது.
செய்வதற்கு ஏதுமில்லை என்றே
தொடர்ந்து இங்ஙனம் நடந்து வருகிறது
காதுகளை ரத்தம் வர சொறிந்துகொள்வது
குழந்தைகளின் நகத்தைத் தின்பது
மூக்குச்சளியை உறிஞ்சுவது
பிரயாணித்துக் கொண்டே எதிர்படுபவரைக் கண்டு பல்லிளிப்பது
இரவு முழுவதும் உறங்காதிருப்பது
கண்களில் வஞ்சகம் மின்ன
மெல்லிய நீல இருட்டில் நட்சத்திரங்களைப்
பார்த்தபடி விழித்துக் கிடப்பது
உரிக்கப்படாத நிலக்கடலைகளைக்
கைகளுக்குள் வைத்திருப்பது
சுவரேறிக் குதிப்பது அல்லது
நூலேணியில் இறங்குவது
இப்படிக் கண்ணாடிகளை உடைத்து
வீடெங்கும், தெருவிலும், வெளிமுழுதும்
அந்தப் பிம்பம் ஏன்
உடைந்த பலவாக அலைகிறது.

# நழுவவிட்ட அதரங்கள்

மரத்து தசை நெருநெருத்துப் போன
உன் மார்புகள் முதுகுரசும்
அயர்ந்த முகம் தாங்கி
நீ மௌனத்திருப்பாய்
எச்சில் கினண்ணங்களில்
மலர்க்கொத்துகளின் காம்ப+ன்றிவிட்டு
எழுந்துகொள்கிறேன்
உள்ளாடை களைந்து மல்லாந்து கிடக்கும் நீ
இன்னும் உன் மதுவின் ஏகாந்தத்தில் கிறங்குகிறாய்
ஆடைகளற்று எனக்கு வெற்றுத்ரையில்
உறங்கவேண்டும்போல் இருக்கிறது
நீ செல்லவேண்டியிருக்கும் வெளி குறித்த
அக்கரையின்றி மங்குகிறது பகல்
நிசி தேடியலையும் பறவை ஒன்று
அடங்குகிறது என்னில்
நீ நழுவவிட்ட அதரங்களோடு
புகைப்பானைப் பொருத்துகிறேன்
உன் வியர்வை முகடுகளில்
நட்சத்திரங்கள் மினுங்கிக் கொண்டிருக்கின்றன
பேசத் தெரியுமா உனக்கு
ஒரு பாலைவன மணல்வெளிபோல
வளைந்து கிடக்கும் உன் உடம்பைப் புரட்டுகிறேன்
முகத்தில் சீறும் பாம்பாய்
நீ உமிழ்ந்த எச்சில்.

# வளர் சிதைகள்

வரிசையாய் ஓடும் சிறுவர்கள்
உலகத்தை ஒரு சுவரைப்போல
குறுக்காகத் தடுக்கிறார்கள்
சுழன்றபடியே கிறுகிறுக்கும் சிறுமிகள்
குடைபோல் விரியும் தங்கள் கீழாடையால்
பூமியை அடைகாப்பதுபோல் அமரும்போது
தலைக்குமேல் பனியோடுகளை உடைத்து
மீன்கொத்தும் பறவையொன்று
நீளமாய்க் கடந்து போகிறது வெளியில்
எழுதப்படாத காகிதம்போல் படபடக்கிறது கடல்
பறவையின் நிழல் அதன்மீது
ஒரு கரிய நேர்கோட்டை வரைந்து செல்கிறது
அக்கோட்டைத் தொடர்ந்து சீறி நீந்திச்செல்கின்றன
வரிசை மீன்கள்
கரையில் வலசையிறங்கிய பறவையை
அம்பு போலப் பாய்ந்து கவ்வி உள்ளிழுக்கிறது முதல்மீன்
குலையும் வரிசையால் ஆழி கலங்குகிறது
நிலம் அநேக குஞ்சுகளை இப்படித்தான் பொரிக்கிறது
சுவரின் மீதும் அவற்றிற்கிடையேயான
வெற்றிடத்திலும் தொற்றிக்கிடக்கின்றன
அவரின் வளர்சிதைகள்
பறவையின் இரத்தத்தில் குளித்த சூரியன் முகிழ்கிறது
அதன் மேனியில் உப்பும் இரத்தமும்
கலந்த கவிச்சி நாற்றம்

சிறுவர்கள் பல்ஈறுகளையும்
சிறுமிகள் தங்கள் பிறப்புறுப்புகளையும்
சுத்தம் செய்து கொள்ளும்போது
வெளியின் மீது ஒரு கரியநிழல்
அவர்களைக் கடந்து போகிறது
தினசரியில் விபத்துச் செய்திகளை
முதலில் படிப்பவரா நீங்கள்
காரணம் இருந்தால் சொல்லுங்கள்.

## தடயம்

சாலை வளையங்களில் அவனது மிதிவண்டி
சுழன்று மறைகிறது
அந்தியில் சிவந்த நீர்ச்சலனமாய்
கானலில் உருவழிந்து போகிறான்
சூரியக் கோளம் நுழைவாயிலென
தரையில் விழுந்து திறந்து கிடக்கிறது
அனேகமாய் அதற்குள் புகுந்து அதைக் கடந்திருப்பான்
அவ்வளவு வேகம் இருந்தது அவன் கால்களில்
பிறகு அங்கிருந்து பால்காம்புகள் விடைக்க
ஒரு எருமை வெளியேறி வந்தது
அதன்முதுகில் ஒரு தவளை அதன் முதுகில்
மிதிவண்டியின் மணல்தடயம்.

## துளையிட்ட மூங்கிலுடன் சுற்றித்திரிபவன்

இப்போதெல்லாம்
இந்த உலகின் எந்த மூலைக்கும் சென்று
நடமாடித்திரிய முடியும் என நான்
கற்பிதம் கொள்வது விசித்திரமானது ஒன்றுமில்லை
அங்கு சந்திப்பவன் ஒருவெள்ளைத் தோலனாய் இருக்கும்போது
சிறியமீன் துண்டினையும் அவன் தரும்
மலிவான பியர் குப்பியையும் பெற்றுக்கொள்ளலாம்
நாடோடிகள் அதிகம் ஊடுருவிவிட்டதாய்
அவன் சொல்லும்போது நீலநிறக் கண்களால்
ஒருவன் என்னை முறைக்கவும்கூடும்
அதுவே ஒரு மஞ்சள் நிற மனிதனின் பிரதேசமாக
இருக்கும் பட்சத்தில்
ஐஸ் க்யூபுகள் நிறைந்த ஒரு ஹாலோபெட்டியை
அவனுடன் சுமந்து சென்று கொண்டிருக்கலாம்
காய்கறி மார்க்கெட்டின் அழுக்குத்தரையை
நீர்விட்டுக் கழுவும்போது என்னைப் பாராட்டி
அவன் சிலஉள்ளூர் நாணயங்களைப் பரிசளிக்க வாய்ப்பிருக்கிறது
மேலும் நான் அதிக கருமைநிறத் தோலையும்
சங்கு போன்ற பற்களையும் உடைய மனிதர்கள் வசிக்கும்
மரவீடுகளுக்குப் பக்கத்தில்
சுட்ட மாமிசத்திற்காகக் காத்திருக்கும்போது
நீண்ட கொங்கைகளுடைய பெண்கள்
தங்கள் கறுத்த குட்டிகளுக்கு
பாடம் சொல்லித்தருமாறு வேண்டுவார்கள்
ஒரு துளையிட்ட மூங்கிலை இசைக்குமாறு என்னிடம்
முதியவர் ஒருவர் புன்னகைப்பார்
நீண்ட சடைமுடிகளுடன் செங்கறுப்புச் சந்நியாசிகள்
திரியும் புராணிக தேசத்தில் கைமாற்றிய
கஞ்சாச் சுருட்டைக் கண்கள் பொங்க
நான் வலிக்கும்போது

பாசிபடர்ந்த கோவில் சுவரோரம்
சுக்கிலம் கசியக் கிடக்கும் குஷ்டரோகியைப் பார்ப்பேன்
ஒரு விவசாயி வறண்ட ரொட்டியை
என்னுடன் பகிர்ந்துவிட்டு
தனது எருது பூட்டிய வண்டியுடன்
தொலைவில் நீரெடுக்க வந்தால்
இரவு உணவும்கொடுப்பதாக வாக்களிப்பான்
என் குலத்தின் தலைக்கட்டு வரிக்காக
எப்போதும் ஒருவன் என்னைத் தேடியலையும்
என் நீண்டகால வசிப்பிடத்திற்குத் திரும்புவதுதான்
முற்றிலும் விசித்திரமானது
முதிர்ந்த பெண்ணொருத்தி என் பொறுப்பற்ற செயல்களுக்காக
கண்ணீருடன் கோபித்தபடி இருப்பாள்
ஒருவன் என் மகனெனச் சொல்லிக் கொண்டலைவான்
எளிய கடன்காரர்கள் நெடுநாளாய் நான்
ஏமாற்றித் திரிவதாய்ப புன்னகைத்துக் கறுவுவார்கள்.

# பதினேழு அர்த்தங்களில் ஒரு புன்னகை

இறந்துபோன ஓவியனின்
சித்திரம் ஒன்றுக்கு இறுதி விலை
கோரலின் போது
கிழக்குத் திசையில் மீண்டும்
பெரும் பூகம்பம் வெடித்தது
கடவுளின் தூதனின் முன் அவள்
விபச்சாரியாய் நின்றிருந்தாள்
முடவர்கள் நடக்கவும் காது கேளாதவர்கள்
கேட்கவும் வாய் பேசாதவர்கள்
பாடவும் ஆனபிறகு
கிழிந்த தன் யோனியின்
கன்னிமை மூடித்தர வேண்டினாள்
அந்த பூகம்ப நகரத்தில்
பிரசித்திபெற்ற மியூசியத்திற்கான சுற்றுச்சுவரை
மறுநிர்மாணம் செய்யவே
ஓவியம் ஏலமிடப்பட்டது
கிழிந்து தொங்கும்
தூதனின் ஆடைகள் இப்படியாகப்
பகிர்ந்தளிக்கப்பட்ட போது
பறவைகள் விதைக்காமல் அறுக்காமல்
விண் வழியே பாடிப்போயின
அவள் சண்ணம் மீது கேலியைத் துவங்கினாள்
அவளின் கடையோரப் புன்னகை பதினேழு அர்த்தங்களில்
சலனம் காட்டி உறைந்தபொது
ஓவியன் சித்திரத்தை முடித்திருந்தான்.

## அனிச்சையின் செயல்பாடு

இரவில் இளம்பெண் உறங்கும் அறைக்குள்
இரகசியமாய் நாம் நுழையும்போது
நமது உடல் ஒருகொதிக்கும்
இரும்புத் துண்டாகிவிடுகிறது
கதகதப்பட்டும் வாயினுள் அவளது
கால்பெருவிரலைப் பற்றிச் சவைக்கும்போது
மெல்ல உடல்நடுங்குவதை நாம்
அனிச்சையின் துவக்கமாகக் கொள்ளலாம்
இப்போது இணைக்கோட்டில் அவளருகே
உடல்கிடத்திச் சற்றுநேரம் மல்லாந்து
கிடப்பதும் நல்லதுதான்
ஒருவேளை தாளாமல் சம்மணமிட்டு
அமர்ந்துவிட்டால் நமது முகம்
அவளது அடிவயிற்றில் மென்மையாக
முத்தமிட்டுக் கொண்டிருக்கக்கூடும்
கூடவே சுவாசம் நிறுத்தி அவளின்
வாயிதழ்கள் நடுவே நம் ஈரநாவால்
ஒருகோடும் கூட கிழிக்கலாம்
மென்மார்புகளைக் கையால் போர்த்தலாமேயன்றி
ஒருபோதும் இறுகப்பிடித்துவிடக்கூடாது
நாம் அவளது அனிச்சையின்
செயல்பாட்டையே விரும்புகிறோம்
மேலும் ஒரு மிருகத்தை உசுப்புவது
முற்றிலும் ஆபத்தானது
அறையில் கடும் இருட்டு அவசியம்
பொருட்களை அல்ல
புலன்களையே நாம் ஸ்பரிசிக்கிறோம்
மிக உண்மையாகக் கூறுவதென்றால்
நாம் ஒன்றுமே செய்வதில்லை
நினைவில் இருக்கும் பெண்ணிற்கு ஒரு

ஞாபக உடலையே மீட்டெடுக்கிறோம்
அப்படியே பிளவுண்ட நம் உதடுகளை
நிதம்ப மேட்டில் பொதிந்து
ஆவியூதும்பொது
அவள் நித்திரையின் மற்றொரு தடுப்பிற்குள்
ஆழ்ந்த விடுவதை ஆமோதிக்கின்றோம்
இவ்வேளையில் நமது உடல்நடுக்கம்
கட்டுப்படுத்தமுடியாத அளவிற்குப்
போவது அனாவசியமானது
ஒரு ஆழ்ந்த பெருமூச்சு
அதைச் சீராக்கலாம்
வேண்டுமெனில் கைகளைத் தரையில்
வலுவாக ஊன்றி அவள்மீது அழுந்திவிடாமல்
ஒரு பறவையைப்போல் லேசாகப் படர்ந்திருப்பது
தியான நிலையாய் பரவசமூட்டுகிறது
என்றாலும் எதன்மேலும் உரிமையற்ற பயம்
நம்மை நிர்கதியாக்கும்போது
அவள் விழிக்க நேர்ந்து விடுவதுதான்
எவ்வளவு வன்முறையானது
அப்படி இல்லாமல் நீறும் அசௌரியத்தின்
யதேச்சையில் தொலைகளுக்கிடையே கைகளை
இடுக்கிச் சுருண்டு கொண்டாளெனில்
அனிச்சையின் உச்சத்திற்கு அவளைத் தூண்டிய
வெற்றியுடன் நாம் படுக்கைக்குத்
திரும்பி விடுவது உத்தமம்.

## அவர்கள் நேரடியாகவே படைக்கப்படுகிறார்கள்

ததும்பும் சின்னஞ்சிறு முத்தங்களோடு
நாங்கள் உணவு தயாரித்துக் கொள்கிறோம்
சாளரங்கள் வழியே உள்நுழையும் சூரியக்கதிர்கள்
எங்களுடைய குறுமுலைகளைச் சூடுபடுத்தி
வழக்கம்போல அந்தரங்க உரோமங்களை
உலர்த்திப் போகிறது
பழந்துணிகளாலும் உள்ளாடைகளாலும் நாங்கள்
ஒரு படுக்கையைத் தயார் செய்திருக்கிறோம்
அது எங்கள் அல்குல்களின் ஈர வாடையை
தன்னுள் நிறைத்துக் கொண்டிருக்கிறது
முதல் பாவத்தைத் தவறாகத் துவக்கிவிட்ட கடவுளிடம்
எங்களுக்கு எந்தப் பிரார்த்தனையும் இல்லை
உடலோடு எல்லா இடைவெளிகளையும் கவனமாய்
அடைத்துக்கொள்வது அவருடைய இயலாமையின்
கண்களைத் தவிர்க்கத்தான்
இப்போதும் தாவரங்கள் ப+க்கின்றன
விலங்குகள் எல்லாம் புணர்கின்றன
நீங்களும் இருக்கிறீர்கள்
நாங்களும் நடனமாடுகின்றோம்
எங்கள் ஏதேன் தோட்டமோ பாம்புகளின்
வேதமற்று அமைதியாய் நிலவுகிறது.

# காதல் அழிந்த நகரம்

நான் முற்காலத்திய காதலியோடு
மீன்கள் சுட்டுத்தின்னும் ஒரு கவிதையை
மிகுந்த முத்தங்களுடன் எழுதிக் கொண்டிருக்கிறேன்
சிறிய அன்பிற்காக
தூய்மையற்ற கபடம் மிகுந்த உதடுகளில்
வெறியுடன் முத்தமிடும்
குழந்தைகளின் மூர்க்கம் கண்டு
அஞ்சுவதாய் இருக்கிறது இக்காலம்
மிகக் குறுகிய இருப்பிற்குள்ளே
அவர்கள் அனைத்தையும் வேண்டுகிறார்கள்
நீருக்கடியிலோ சிறிய சந்துகளிலோ
பள்ளி வகுப்பறையிலும் கூட
தீண்டுதலில் உள்ள மனத்தடையை
அவர்கள் கேலி செய்கிறார்கள்
நானோ பழங்கவிதை எழுதபவன்
பெருந்தீனியுண்டு கனவுகளில்
ஆரோக்கியத்தை வலியப்புணருபவன்
விடுதலை என்றால் புல்வெளியில்
உடல்தழுவி முத்தமிடுவது
மரச்சரிவுகளில் அல்லது புதர்களில்
மார்பகங்களைச் சுவைப்பது
எவ்வளவு பழமையான நாகாPகம்
குழந்தைகள் காதலைக் கேலி செய்கிறார்கள்
இளம்பருவத்தில்
ஒரு ஆய்வு எனவே அவற்றைப் பரிசோதிக்கிறார்கள்
பருவப் பெண்களையோ ஆண்களையோ
காமம் இன்றி முத்தமிடும்படி
நான் கட்டாயப்படுத்தப்படுகிறேன்
மேலும் அவர்கள்
புணர்ச்சியின் என் பழைய தீவிரமான

வலிமையை நம்புவதில்லை
கடவுளே எவ்வளவு பழமையானவன் நான்
சிறிய பெண்கள் உதாசீனம் செய்யுமளவிற்கு
ஒரு மிருகத்தைப்போலக் கருதி
என்னிடம் இருந்து விலகிச்செல்வதற்கு
எனது காதலைத் தோற்கடிக்கும்
உலகத்தின் முன்பு
வன்முறையுடன் அல்லது பயத்தின் குதூகலிப்புடன்
பிரதிமைகளை அல்லது போலியை
ஒருவேளை பெண்களை
ஆரோக்கியமற்ற உணர்ச்சியற்ற
உடலுறுப்புகள் பிடித்து
கணப்பொழுதில் மாறும்
மெல்லிய இதயம்கொண்ட
ஆண்களிடம் பெண்களிடம்
எப்படி நான் வலியுறுத்துவேன்
கொடூரமான உடலுறவின் வழி
கொலையுண்டு போகும்படி
மலையில் இருந்து கைவிரித்து விழுவதுபோல
வெள்ளத்தில் தலைமோதி இழுத்துச்செல்லும்படி
பெருங்காற்றில் உடல்கிழிபட
அங்கம் பதறி நாக்குலர்ந்து
புணர்ச்சியின் முன் நடுங்கி மயக்கமுற்று
இவ்வுலகின் யோனி துப்பிய
குழந்தையென நான் ஈரங்கசியக் கிடக்க வேண்டும்
ஞாபகமற்ற பிளவுகளைத் தூண்டி
வீரியமற்ற குறிகளை உயிர்ப்பித்து
பெருங்கலவியின் பேரோசையால் உலகெழுப்ப
துக்கிக்கும் என்னைப் பெண்பித்தனென்றும்
யோனிச் சித்தனென்றும்
காதல் அழிந்த நகரத்திலிருந்து
பெயர் சொல்லி அழைக்க வேண்டாம்
நோய்க்குப் பிறந்த வார்த்தையையும் சுமந்து

ஆசை குறைந்த ஆயுளோடு
பழங்கள் சிறுத்து
தானியங்கள் சத்தற்றுப்போன ஒரு நிலத்தில்
ஆயிரமாயிரம் குழந்தைகள் இன்னும் பிறக்கின்றன
நானோ முற்காலத்திய காதலியோடு
ஒரு கவிதையை மிகுந்த முத்தங்களுடன்
எழுதிக் கொண்டிருக்கிறேன்
கடவுளே எவ்வளவு பழமையானவன் நான்.

# கிரகம்

நிலத்தைப் பாளம் பாளமாக உரித்தெடுத்து
மடித்து வைத்துக் கொண்டிருந்தான் ஒருவன்
இடையில் உதிர்ந்த மரக்கரண்டிகளையும்
மதுச்சீசாக்களையும் சில துப்பாக்கி ரவைகளையும்
பழஞ்சொற்கள் கொண்ட சுவடிகளையும்
ஒரு பக்கத்தில் சேகரித்துக் குவித்திருந்தான்
குரங்கின் பல்லொன்றும் கிடைத்திருந்தது
அடுத்தொரு இழையின் முனையைப் பிடித்திழுத்தபோது
ப+மியின் முழுத்தோலும் மொத்தமாய்
உரிந்து வர
சிறிய மீன் நாப்தலீன் உருண்டை
மயிர் முறைத்த விலாஎலும்பு உலோக நாணயம்
மோட்டார் என்ஜின் குதிரைச்சேணம்
பொய்முடி தடித்த சுயமுன்னேற்ற நூல்
மேலும் ஒரு மூத்திரக்குடுவை என அவன்மீது
பொருட்கள் வந்து சரியலாயிற்று
ஆயினும் பிடியை விடாமல் முனையை முறுக்கி
அவன் நீளமாய் இழுத்துக்கொண்டு போக
தோலுரிந்த ஆரஞ்சுப்பழம் போல் பூமி
விலகிக் கொண்டது
சாவகாசமாகச் சென்று அதை வேறோரு
கிரகத்தின் மீது போர்த்தினான்
அது சற்றே பெரிதானதால் முழுதாய்
மூடிமுடியாத பகுதிகளும் முறுக்கியதில் கிழிந்துபோன இடங்களும்
கடலாகிப் பெருகிநிறைய
இறுகித் திரண்டு பிரிக்க முடியாத கரண்டை மேடுகள்
மலையாய் எழும்பி நிமிர்ந்தன
குரங்குப் பல்லை விழுங்கி உள்ளங்கையில்
துடித்த சிறிய மீனைக் கடலுக்குள் விட்டு
கரையில் தூண்டிலோடு அமர்ந்து கொண்டான்.

## கடல் பாசிகளைச் சேகரிப்பவன்

எந்த அவமானமும் இன்றிக்காற்று வீசுகிறது
பதினெட்டுக் கேள்விகள் பதிலில்லாமல்
பூமியை வந்தடைந்திருக்கின்றன
முதல் கேள்வியை ஆராய்ந்தவன்
உலகம் ஒரு விஷத்துளியைப் போல அழகானது
என்று விமர்சித்துப் போயிருந்தான்
நடுவே ஒருவன் நிறைவேறாத ஆழ்கனவுகளால்
பைத்தியம் பிடித்தலைகிறது இப்பூமி என
அதன் வெளிபாசாங்கை நிராகரித்துக் கொண்டான்
பொருளைத் தின்று வளர்சிதையாகிறது பொருள்
பொருளின் பல்வகைச் சாரமே ககனத்தின்
ருசியாகும் என்றான் இருவேறுலகம் கண்ட ஒரு விஞ்ஞானி
மறுத்துப் பொருளெல்லாம் மாயம்
ஒன்றே பலவாக நின்றே சுழலும் கிரகத்தில்
கிடைத்த வடிவத்தைக் கழித்துப்போ
என்றான் தேசம்முழுக்கக் கால்நடையாய் கடந்த ஒரு மத்யஸ்தன்
எந்தத் தர்க்கமுமற்று இறங்கி நனைக்கிறது மழை
இலைகளைப் போலவும் மாடுகளைப் போலவும்
இயல்பின் உருவான உடலை அறிவால் துன்புறுத்தாதே
புற்கள் முளைத்துக் கொண்டிருக்கின்றன
என்றான் பறவைகளைப் பார்த்தபடி ஒரு பரதேசி
பைத்தியங்கள்சில சாலையில் உறங்கிக் கிடந்தன
கோபம் பெருகி
வலிமையுள்ளவையே உலகை அழகு செய்கின்றன
பலகீனமானவற்றை அழித்துச் செத்துப்போன
கடவுளின் தவறைச் சரிசெய்ய வேண்டும்
என்று போனான் ஒரு குதிரைகளின் காதலன்
மலைகள் மௌனமாய் இறுக்கமடைகின்றன
வடக்கும் தெற்கும் பனிபாறையாகிவிட
கிழக்கும் மேற்குமே எந்நாளும் யுத்தபூமி

என்றொருவன் யதார்த்தமாய் முணுமுணுக்கிறான்
இடம் புரியாமல் நிலம் அசைந்து கடல் கரை மீறுகிறது
கால நடத்தையில் உழலும் கற்பிதங்களைக் கண்டு
காலத்திற்கு உயிர் அக்கறை கிடையாது என்றான்
உடல் முழுக்கச் சலனமற்றுப்போன ஒருவன்
உடன் எழுந்த ஒருத்தி
என்னதான் நடக்கிறது இங்கே
குடும்பத்திற்கு வெளியே எனது விருப்பம்
உனது நிறுவனத்தில் எனது கூலியைக் கொடுத்துவிடு
முட்டாள் உலகமே என
மேலாடை கழற்றி நூற்றாண்டுகளை ஏசுகிறாள்
இன்னும் சிலர்
கடவுளின் குடும்பத்தில் எங்களுக்குப்
பெயர் கிடையாது என முறுவலிக்கிறார்கள்
சொல்ல என்ன இருக்கிறது
எல்லாம் வார்த்தைகள்தான்
தூக்கி எறிந்துவிட்டு உலகை
அனுபவிக்கத் தீர்மானி என்றவன்
குதம் விரித்து விடுதிமேசையில் கவிந்திருக்கிறான்
மூலதனத்தின் புதிய கடவுள்
தனது ஒரே விசுவாசியான தேவகுமாரனை
விற்பனை வெறியூட்டி வீதிகளில் விட்டிருக்க
பேரழிவாயுதங்களால் தன் செயல் எல்லைகள் முற்றிலுமாய்
வற்றிப் போய்க்கிடக்கும் நிலத்தின்மீது
அகாலத்தில் பறவைகள் எச்சமிடுகின்றன
நிகழ்காலத்தில் வாழமுயன்றவனையும்
காமத்தின் வழியே கரையேறியவனையும்
தத்துவத்திற்கு வெளியே நிறுத்தி
அனேகர் தற்கொலை செய்து கொள்வதைத் தவிர
பெரும்புரட்சி ஏதும் இனிக்கிடையாது
என்று அறைந்தவன் சமீபத்தில் மரித்துப்போனான்
சகித்து அகிம்சையில் வாழ்ந்த ஒருவனை
மறுபரிசீலனை செய்து கொண்டிருக்கிறது இருப்பு

கடவுளற்று இரசாயனப்புலனால் தகவமைப்பை
அடைக்காத்துக் கொண்டிருக்கும் மண்ணின்
பரிணாம உடலை முட்டாள்களின் கருவியான
மொழியால் கிளறுவது அனிச்சையாகாது
என்றொருவன் கூவுகிறான்
மொழி இல்லாவிட்டால் உலகமும் இல்லை உடலும் இல்லை
என்ற இறுதித் தீர்மானத்திற்கு அவன்
பார்க்க ஆளே இல்லாவிட்டால் வானம்
நீலமாக இருக்காது என்பதுதான் தனது அனிச்சையும்
முடிந்தால் ஆரம்பத்திலிருந்து இவ்வுலகத்திற்குப்
பெயர் சூட்டுவோம் என்றபடி
கால்முளைத்துக் கரையேறிவரும் மீன்களிடம் பேசிவிட்டு
செவுள்கள் சுவாசிக்க நீருக்கடியில்
நுரையீரல்கள் மூடிக் கடல்பாசிகளைச்
சேகரிக்கத் துவங்குகிறான்.

திருடர்களின் சந்தை
2009

# பூக்களும் மாங்காய்களும்

விளைநிலங்களைத் தாண்டி
எனக்கில்லை வதிவிடம்
நீண்ட மழைக்காலங்களுக்குப் பின்
செழித்த பசுமைகளை
பேசாத ஒரு விலங்கைப் போல
மௌனமாய்க் கண்காணிக்கிறேன்
பறவைகள் முட்டையிலிருந்தும்
வருவதைப் போல
நம்பிக்கைகள்
நிலத்திலிருந்தே எழும்புகின்றன
தேன்கூட்டிற்குக் கீழ் ஒரு கரடியென
நிற்கிறது எனது காலம்
ஊதா நிறங்களில் மலர்கள்
பூத்ததிலிருந்துதான்
மிக மோசமான சம்பவங்கள்
நிகழ்ந்து வருகின்றன
பழைய ஆறுதல் வார்த்தைகளால்
ஒரு மாங்காயை அதன் புளிப்பிலிருந்தும்
அகற்ற முடியவில்லை
நான் எனக்கு சொல்வதுதான்
பயணத்திற்கிடையே இன்றும் சில
குழந்தைகளைப் பெற்றிருக்கலாம்
பூமி சூரியனுக்கு அருகே வரும்போது
பிறந்தவர்கள் அதிகப் படைப்பூக்கம்
மிக்கவர்களாய் இருக்கிறார்கள்
எனது நிலமோ எப்போதும் சூர்யப் பார்வையில்
ஒரு விலங்கைப் போல் மிக மௌனமாய்
மாங்காயிலிருந்து அதன் புளிப்பையும்
பூக்களிலிருந்து ஊதாவையும் அகற்றுவேன்.

## இறந்தவர்களின் எச்சங்கள்

ஆடைகளை வடிவமைப்பவன்
ஆமை ஓடுகளைச் சேகரிப்பவன்
இடி மின்னலை அளவிடுபவன்
மூவரும்
ஒரு நெல்மணியைத்தான்
பரிசோதிக்கிறார்கள்
கடல் கடந்து வாணிபம் செய்பவன்
கிழிபட்டக் காயங்களைத் தைப்பவன்
சொற்களைப் புதுப்புது நூலாகத் தொகுப்பவன்
மூவரும்
இறந்தவர்களின் எச்சங்களைத்தான்
சேகரிக்கிறார்கள்
பாறைகளை வெடிவைத்துத் தகர்ப்பவன்
குரங்குகளைக் கூண்டில் வைத்து அறுப்பவன்
அனைத்தையும் ஒளிவேகத்தில் தொலைவிட்டவன்
மூவரும்
ஒரு பெண்ணின் கர்ப்பப்பை குறித்தே
அங்ஙனம் நடந்து கொண்டார்கள்

# வருடத்தின் கடைசி நாள்

வாக்குறுதிகள் எங்கிருந்து வருகின்றன
இதயத்திலிருந்து மூளைக்கும்
அதன் கீழே வாய்க்கும் உள்ள
குறுகிய இடைவெளிகள்
அல்லது வார்த்தைகளிலிருந்து
வார்த்தைகள் எங்கிருந்து வந்தன
பலநூறு ஆண்டுகளுக்குப் பின்னே
தூரத் தொலைதேசங்களிலிருந்து
இருண்ட காடுகளில் மற்றும்
நிலமற்றுத் திரிபவர்களிடமிருந்து
ஒரு வேளை கடவுளிடமிருந்தும் கூட
நாம் கேட்பது அதுவல்ல
எல்லா வாக்குறுதிகளும்
வேனிற் பருவத்தில்
வார்த்தைகளாகிவிடுவதும்
ஒரு சோள வயலில் மலர்களை
உறிஞ்சும் பூஞ்சிட்டின் முன் அது
என்னவாக மாறுகிறது என்பதும்தான்
அனுபவத்தை உண்மைகளை காலத்தை
அல்லது பொய்யை பயத்தை
எதிர்பார்ப்பை தத்துவத்தை
ஒரே அர்த்தம் தரும் இவை அனைத்தையும்
வாசிப்பவருக்குச் சுலபமாக்குவது எது
நாம் கேட்பது அதுவல்ல
மலைகளில்
யூகலிப்டஸ் மரங்கள் வளர்கின்றன
கம்பளி விற்பவரிடமிருந்து
குளிர் நிறைந்த வார்த்தைகள் வருகின்றன
நாம் வாக்குறுதிகளைப் பரிசீலிக்கிறோம்
வருடத்தின் கடைசி நாட்களை
இப்படியாக அல்லது மிகச் சுலபமாக
இறக்கி வைக்க முடிகிறது.

# ஆயுதங்களுக்கான சோதனை

பேரிச்சையும் கசடு எண்ணெயும்
விற்கும் வணிகன் ஒருவனை
அவர்கள் நீதிமன்றத்தில் விசாரித்தார்கள்
மோசமான ஆயுதங்கள் வைத்திருந்ததாக
அவன்மீது குற்றச்சாட்டு
அவனோ கடவுளின் நியாயத் தீர்ப்பிற்கு
உட்பட்டே அரிசியை ஐந்து முறைதொழுது
தனது நிலத்தில் பெற்றுக் கொள்வதாகவும்
பேரிச்சையும் கசடு எண்ணெயும்
ஒருபோதும் ஆயுதமாகாது எனவும்
கண்ணீருடன் முறையிட்டான்
வாதியோ ஒரு குளிர்பானத் தரகன்
உலகில் அனைத்து நன்னீர் நிலைகளையும்
பானங்களாக்கிச் சேமித்திருப்பவனும்கூட
மேலுமான குற்றச்சாட்டில் அவன் சொன்னான்
ஒட்டகங்களுக்கும் அதன் முதுகினைப் போன்ற
பள்ளத்தாக்குகளுக்கும் அடியில்
இவன் பிள்ளைகளே ஆயுதமாய்
பதுங்கியிருக்கிறார்கள் எனவும்
கசடு எண்ணெய் குளிர்பானத்தை விட
மதிப்பு மிகுந்ததெனவும் ஞாபகமூட்டினான்
ஆழ்ந்த யோசனையிலிருந்து விடுபட்ட நீதிபதி
உலக நலன் கருதி பாதுகாப்பின் பேரில்
கசடு எண்ணெயைத் தரகனுக்கும்

குளிர்பானத்தை வணிகனின் பிள்ளைகளுக்கும்
மாற்றித் தரும்படி உத்தரவிட்டார்
ஒட்டகங்களுக்கு அடியில் பதுங்கியிருப்பவர்களை
கண்டுபிடிப்பவர்களுக்கு
பணமுடிப்பு அறிவிக்கப்பட்டது
அதன்படி
கசடு எண்ணெய் நிரப்பப்பட்ட
அயல்நாட்டு வாகனங்களில் அமர்ந்து
குளிர்பானங்களைக் குடித்துக் கொண்டிருப்பவர் தவிர
ஏனையோர் அனைவரும்
ஆயுதங்களுக்கான சோதனைகளுக்கு
ஆடைகள் கழற்றி நிற்க உத்தரவாயிற்று.

# கடவுளின் முகம்

காதலைச் சொல்லி நம்பவைப்பது
உறங்கும்போது ஒருவரை
திடுக்கிடும்படி இழுத்து அணைத்துக் கொள்வது
எது துரத்திக்கொண்டு வருகிறது
ப+மியைக் கிளறுகையில்
மண்பானைகளை இன்னும் கண்டெடுக்கிறோம்
நீளமான காற்றின் ஓலம்
மண் அள்ளி வீசும் அதன் துயரம்
காலங்களில் உள்ளோடி
நம் மூதாதைகளின் வற்றிய உடல்கள்
சலனிக்கும் பூசை அறைகளுக்குள் ஓய்கிறது
எத்தனை பழங்கள் உதிர்ந்திருக்கக்கூடும்
யாரின் அழுகை வாசலில்
அச்சமூட்டுதலின் கலை பற்றி
ஒரு கடவுளின் முகத்தை
இந்த இரவு வரைகிறது
தலையற்ற உடல் துள்ளித் துடிக்கும் படுக்கையில்
அதனை இறுக அணைத்துக் கண்ணீருடன்
கட்டுப்படுத்தும் மூர்க்கம்
தன் தலை துண்டித்து
அதில் பொருத்திப் பதறுவது ஏன்
மாறிமாறி ஆட்டம் போடுவது கடவுளின் முகம்
அதிகாலையில் விரிந்த ஒரு மலரை
அப்படிப் பார்க்கிறோம்
கடவுளின் முகந்தான் எனினும்
அதுவே காதலின் நம்பிக்கை

# ஆசியப் பகுதியில் வசிப்பது

ஆசியப் பகுதியில் வசிப்பது
நீர்நிலைகளில் மாசடைந்த கழிவுகளை
பார்த்துக் கொண்டிருப்பது
கொஞ்சம் மிளகுத்தூள் தூவிய உணவுகளை
வண்ணக் காகிதங்களில் உருவங்கள் செய்பவர்களை
பொய்க்கால் குதிரைகளை
சன்னியாசிகள் மற்றும் சுடுமண் சிற்பங்களை அனுசரிப்பது
சரும வியாதிகளிலிருந்து ஒரு தரப்படுத்தப்பட்ட
கிருமிநாசினியை எதிர்பார்த்துக் கிடப்பது
பிறகு அதன் நதிக்கரைவாசிகள்
தொலைதூரப் பொட்டல்களுக்குச் சொன்ன
நியாயங்களுக்கு ரத்தம் சிந்துவதும்தான்
அதைவிட பிச்சைக்காரர்களைக் கடந்துபோய்
ஒரு தைலமரப்புட்டியை விலைக்கு வாங்கலாம்
தாமிர நிறப் பெண்களைப் பின்புறமாக தொடர்வதும்
குழந்தைகளை ஏற்றுமதிக்கும்
தயார் செய்யும் கூடங்களை உள்ளடக்கியதும்
தன் சொந்த நாணயத்தை அதன் எல்லைக்கு வெளியே
மதிப்பிடமுடியாத சோகங்களைக் கொண்டதும்
கானகங்களை அழிக்க இயலாமல்
குடியிருப்புகளைச் சிதைத்து
சாலைகளை அகலப்படுத்திக் கொண்டிருப்பதும்தான்
சுருக்கமாகச் சொன்னால்
ஆசியப் பகுதிகளில் வசிப்பது
தலைக்கு மேல் தொப்பியை
சரியாக வைத்துக் கொள்ள
தாடைகளிலிருந்து பற்களைக் கழற்றுவது.

## நானென்பது வேறொருவன்

நேற்றைய புகைவண்டியின் கழிவறையில்
சந்தித்து இறங்கியவனின் முகவரியில்லை
ஒருவேளை அவன்
கட்டிடங்களுக்குக் கீழ் நகரத்தின் சந்துகளில்
புகையூட்டப்பட்ட பீடாவிற்கு காத்திருக்கலாம்
ஒரு சொல்லை மட்டும் சோடா மூடியினுள்
எழுதித் தந்துவிட்டுச் செல்பவனை பின் தொடர்கிறேன்
துண்டுகளாக நறுக்கப்பட்டு இரு முனையும்
நெருப்பால் தீய்த்தடைக்கப்பட்ட
உறிஞ்சுகுழலின் ஒரு முனையை
அவன் உடைத்து முகரும்படித் தருகிறான்
பழைய நகரத்தை மீட்டெடுக்க முடியாத மணிக்கூண்டு
ரோமன் எண்களில் உறைந்து கிடக்கிறது
டிஜிட்டல் ஒளிரும் நவீன நேரங்காட்டிகளினிடையே
வண்ணப் பாம்புகள் போல மின் ரயில்கள் ஓடுகின்றன
நானென்பது வேறொருவன் கொஞ்சம் மலர்கள்
புரியாத பெண்கள்
நீங்கள் இப்போது பார்த்துக் கொண்டிருப்பது
1983ல் இந்தியா பெற்ற உலகக்கோப்பை
மற்றும் பறவைக் காய்ச்சலில் கூட்டமாக
குயில்கள் இறந்து கிடப்பது
மேலும் நகரத்தின் சந்துகளில் காத்திருப்பவர்களுக்கிடையே
மலர்கள் இருக்கும் அறைக்கு திரும்ப இருப்பது யார்
நேரம் ஒளிர ஒளிர கைமாறிக்கொண்டிருக்கிறது மூடி

# ஒரு அரசாங்கம்

ஒரு கடல்மீனுக்கு ஐம்பது பேர்
ஒரு கடவுளுக்கும் ஐம்பது பேர்
ஒரு ஏக்கர் நெல்வயலுக்கு ஐயாயிரம் நபர்கள்
ஒரு கோழிப்பண்ணையும் ஆடுமாடுகள் திரியும்
மேய்ச்சல் நிலமும் பத்தாயிரம் பேருக்கு உத்தரவாதம்
ஒரு குளக்கட்டு ஏரிக்கரை மேலும் பருவகால நதி
ஒரு லட்சம் பேரைச் சமாளிக்கும்
ஒரு எறிகுண்டுக்கு ஐம்பது பேர்
ஒரு ஏவுகணைக்கு ஐயாயிரம் நபர்கள்
ஒரு விமானத்துக்கு ஒரு பள்ளத்தாக்கே தாங்காது
ஒரு அணுகுண்டு ஐந்து லட்சம் பேருக்கு உத்தரவாதம்
ஒரு லிட்டர் பெப்சி அறுபது ரூபாய்
ஒரு கேமே குளியல் சோப்பு எழுபது ரூபாய்
ஒரு திரைப்படம் பார்க்க நூற்றிருபத்தைந்து
ஒரு லிட்டர் பெட்ரோல் ஐம்பதுக்கு மேலும்
ஒரு அரசாங்கத்துக்கு நூறுகோடிப் பேர்
மேலும்...

# புனைவு அலையும் நிலம்

நீ காட்டிய அந்தப் படுக்கை அறை
ஒரு தியான மண்டபத்தின்
ரகசியங்களோடு இருக்கிறது
கண்ணாடிக் குடுவையில்
மணித்தாவரங்களின் இலைகள்
சிறிய கோழிக்குஞ்சினைப் போன்றஉன் இதயம்
இலவம் நெற்றுகள் வெடித்து
காற்றில் பஞ்சாய்ப் பறக்கின்றன
அடிப்படையற்றுத் திரியும் பூமியிலிருந்து
உன் கண்களை மீட்டெடுத்து வந்திருக்கிறேன்
உரிமையற்றமுத்தத்தால் நீ திடுக்கிடும்போது
மனித்தாவரத்தின் முதல் இலை
முகம் வாடித் தன் கதை சொல்லத் துவங்கும்
இலவம் பஞ்சின் அடியில் தொங்கும்
விதை போன்றகாதலை
காற்றள்ளி வந்திருக்கிறது படுக்கைக்கு
கனவுகளின் புனைவு அலையும் நிலத்தில்
பருவச் சிறுமியாய்
நீ ஒளிந்து விளையாடி இழந்த புலன்களை
கண்களின் கீழாக உயிர்ப்பிக்கத் துவங்குகிறேன்
அறைமெல்லத் தன் இலைகளுடன் சுவாசிக்கிறது.

## கருவிகளின் இரைச்சல்

இந்தக் கோடையில் சந்தித்த
ரயில் பயணி
தூரக்கிழக்கிலிருந்து
இரும்புகள் துருப்பிடிக்காத
கடற்கரை நகரத்துக்கு
புணிதப் பயணம் வந்தவராக இருந்தார்
கடலை ஆழப் பண்ணும்
துரப்பணக் கருவிகள் இரைச்சலிடும்
புதிய பணி முகாமில்
அப்பகுதி மீனவர்கள் சிலர்
இறந்து எண்ணெய்க் கசிவின் மேல் மிதக்கும்
மீன்களைச் சேகரித்துக் கொண்டிருந்தார்கள்
வருடம் ஒரு முறை நீளமாய்ப் பயணிப்பது
தனது வியாபார விருத்திக்கும்
தனிமையாய் திரிவதற்கும்
தோதாக இருக்கிறது என்றவர்
பிள்ளைகள் பொறுப்பேற்றபின்பு
ஊர்சுற்றுவதுதான் ஒரு மனிதனின்
இறுதி விடுதலையாக இருக்கமுடியும்
எனவும் சொல்லிக் கொண்டிருந்தார்
சுற்றிக் காண்பிக்கும் பொறுப்பிலிருந்து எனக்கு
கடல்நீர் முன்பை விட வெகு தொலைவில்
சென்றுவிட்டது குறித்து
சொல்லும் ஆர்வம் இருந்தது

கடலருகே பைத்தியக்காரர்கள்
அதிகரித்திருப்பது பற்றியும் சொல்ல முடியும்
அண்மையிலிருந்து சிலையைக் காட்டினேன்
கட்டுமரங்களுக்கருகே வலைகள் குவிக்கப்பட்டிருந்தன
சிறிது பணமும் அவரது மொழியில் நன்றியும் தந்து
அவர் விடைபெறவும்
பணிமுகாமில் காத்திருந்த தொழிலாளியும்
நானும் மதுவருந்த ஒதுங்கினோம்
மிதமான போதையில்
உனக்கு எத்தனை மொழிகள் தெரியும் எனக் கேட்டான்
சுமாராய் ஆறு மொழிகள் என்றேன்
அவனது மென்மையான சிரிப்பில்
கருவிகளின் இரைச்சல் ஓய்ந்து
திடுக்கென கடல் அலைகள் சீறும் சப்தம் கேட்கத் துவங்கியிருந்தது.

# எனது கறுப்பு பியர்

காலங்கள் உருண்டோடி விட்டன
அனேக உணவுகளை உண்டு களித்தாயிற்று
பிஸ்ஸாவின் மீது ஒரு பாடலை
எப்படிப் பாடுவது
செழும் முந்திரி கலந்த பாலில் இருந்து
மிருதுவான சாக்லெட்டுகள்
தோல் சீவி விரையெடுக்கப்பட்ட
ஒரு கொய்யாப்பழக் கீற்று
கொழகொழத்த கறுப்பு பியர்
நகரங்களைக் கப்பல்கள் சுமந்து வருகின்றன
அதன் கால்வாயில் ஒரு வீடு
அங்கு சில வியர்த்த உள்ளாடைகள்
முரட்டு காலணிகளுக்குள் விரல்கள் பிசுபிசுக்கின்றன
சின்னஞ்சிறு ஆன்மாவென
விழித்துப் பார்க்கும் நட்சத்திரங்கள்
மாமிசங்களைத் தின்றவாறு ஒருவன்
புதிய காதலிக்கான பாடல் தயாராக வேண்டும்
அவளது குடியிப்போ எதையும் கிசுகிசுப்பதில்லை
வெளியில் உறங்கும் ஒருவனின்
இசைப்பாடலை யார்தான் ரசிக்க முடியும்
எனது கருப்பு பியர்
இருளைக் கொண்டு வந்தது.

# உப்புநிலப் பனித்துளிகள்

பழைய உழவன் கிழவன்
வாய்க்கால் மீன்களை நினைகூர்கிறான்
தூரத்து உப்புநிலங்களில் படியும்
அதிகாலைப் பனித்துளிகளை
காயங்களுக்கு மருந்திட்டுக் கட்டுவதற்காக
சேமிக்கும் பழக்கமுள்ளவன்
வரப்புகள் மினுங்கும் நிலவொளியில்
அண்டரண்டப் பட்சிகளின்
முட்டைகள் போல பூசணிப் பழங்கள்
சாம்பல் பூத்துக் கிடப்பதை
அரை உறக்கத்தில் காண்கிறான்
மழைக்காலத்தின் தேவதைகளோ
நெற்பயிர்கள் பால் பிடித்துக் கொள்ளுமாறு
தங்கள் முலைகளைப் பீய்ச்சிவிடும் நாட்களில்
வியாபாரக் காற்றுகள் தன் மகரந்தங்களை
முடித்துக் கொண்டு போகின்றன
உழவன் சூரியனைத் தூண்டுகிறான்
பழஞ்சருகுகள் கூட்டித் தீயிட்டு அதை
பழுக்கக் காய்ச்சுகிறான்
முற்றிய பயிர்கள் வெயில் வாடுகின்றன
வந்திறங்கும் விதைக்காத பறவைகள்
அவன் தலை நெல்லைக் கொத்திப் பறக்கின்றன
நிலத்தின் மீது அனைத்தும் தீர்ந்துவிடப்படுகிறது
கோடைகாலப் புழுதிகள் சுழன்று வீச
தேவதைகள் கள்ளிச் செடிகளாகி
தங்களின் கெட்டித்த பாலைத் துளிர்க்கிறார்கள்
வழக்கம்போல் குழந்தைகளை அதனடியில்
மௌமாய் உறங்க வைக்கிறார்கள்
கிழவனின் காயங்களை மெல்ல ஆற்றுகின்றன
வெகுதூர உப்புநிலப் பனித்துளிகள்.

## காலத்தில் வராதவன்

நடுவயதில் இழந்துவிட்ட காதலை
மரங்களில் அறைந்து வைத்துவிட்டுப் போனவர்கள்
கடலலைகளின் முன்
கண்கள் வெறித்து அமர்ந்திருக்கக்கூடும்
கிளிக்கூடுகள் விற்பவனை அழைத்தேன்
கடற்கரையில் வேசிகளைத் தேடுபவன்
காதலர்களை ஒரு பிசாசாய்ப் பார்க்கிறான்
நகரத்தை ரொட்டிகளைக் கொண்டும்
பழக் கலவைகளாலும்
வடிவமைத்துக் கொண்டிருந்த பயல ஒருவன்
தீர்ந்துவிட்ட பியர் பாட்டில்களுக்காகப் போயிருக்கிறான்
கிளிகளை வெளியே பறக்கவிட்டு
கொடுத்த பணத்தைச் சிரித்தவாறே சுருட்டி
புகைபிடிப்பது மாதிரி போனான் அந்தக் கோமாளி
புரியாத பாஷையில் கடந்து போனவர்களை
வழிமறித்துச் சங்குகள் விற்பவள்
ஆங்கிலம் நடிக்கிறாள்
ஒரு பேரேட்டில் கோடு கிழிப்பது போல
சாலையில் வாகனங்கள் பாய்கின்றன
நகங்களை அழுக்காக்கிக் கொண்டு
கால்பாதங்களை இழுத்துப் பிடித்து
தன் மேலாடைக்குள் செலுத்தி
வலிந்து உதைத்தவண்ணம்
உடனே புறப்படும்படி

இந்தச் சிறிய பெண் அடம்பிடிக்கிறாள்
நீண்ட முத்தங்களால் அவள் வாயிலிருந்து
மெலிதான நாற்றம் வீசுகிறது
காலத்தில் வராமல் போன அவன்
கனக்கும் பியர்களுக்கான தோல்பையுடன்
குதிரைகளில் வட்டமிட்டுக் கொண்டிருந்த
சிப்பாய்களின் பிடியில்
வாக்குவாதமிட்டபடியே
திரும்பிப் போய்க்கொண்டிருந்தான்.

திருடர்களின் சந்தை

## தத்தும் தேரைகள்

கார்காலத்தில்
நீ உறங்கும் இருள் வீட்டின் கூரைமேல்
பனி எழும்பிப் புகைகிறது
நெல்லி மரங்களின் கனிகள்
விழுந்துருளும் ஓசை
பருவத்தின் சாளரங்களை
அடைத்து மூடியிருக்கும் உன் வீடு
ஒரு சினை நாயின் கேவலாய்
நான் எழுப்பும் ஒலி
உன் பிடறிகளில் அளைந்து மோதவில்லையா
வருடங்களின் கடைசி நாட்களை
குளிர் உன் ஆடைகளுக்குள் புகுத்துவதை அறிவேன்
கொதிக்கும் சுடுகஞ்சியை
காரமிட்ட கிழங்குகளுடன்
புசித்துறங்கும் உன் உதடுகளை
நிலவெளியில் முத்தமிட
உன் சன்னல்களில் கூக்குரலிடுகிறேன்
காலிடுக்கில் தளுக்கென
தேரைகள் தத்திப் போகின்றன
சுனைகள் ஊறிப் பெகும் இம்மழையிரவில்
கண் இமைகளில் சாரல் வழிய
உன் படல் திறப்பிற்காக வெப்பமடைந்திருக்கிறேன்
பருவங்களின் காதலை அறியாத உலகம்
கிழட்டு மூப்பனாய் உறங்கிக் கிடக்கிறது

வாழை மரங்களை மோதிச் சாய்க்கும்
பன்றிகளுக்கான மின்வலையையும்
தாண்டிவிட்டேன் அன்பே
காஃபி மலர்கள் மிதமான மல்லிகையின்
வாசனையை எழுப்புகின்றன
குளிரில் உடல் நடுங்கத் துவங்கிவிட்டது
மேலும் அது என் காத்திருப்பை நாசம் செய்யும்
மரத்துவிட்ட உடலுக்கு வெந்நீர்ப் பைகளுடன் வரும்
ஒரு தாதியைப் போல நீ வர வேண்டும்
ஆம் அன்பே நான் இறந்து கொண்டிருக்கிறேன்.

## கண்காணா தேசம்

தொலைவிலிருந்து பீர் பாட்டில்களுக்கும்
கொழுத்த வேசிகளுக்கும்
ஒரு வேளை பிழைப்பிற்குமாகக் கூட இருக்கலாம்
அவர்கள் வந்திருந்தார்கள்
கடல் மணலை நிலத்துக்கு வரியிறைத்து
நிரவும் இயந்திரங்களுக்கு அருகே
பழுதடைந்து கிடக்கும் கன்டெய்னர்களில்
ஆழ்ந்து உறங்குகிறார்கள்
அவர்களது சன்னல்கள்
வெட்டியெடுக்கப்பட்டிருக்கின்றன
உப்புக் காற்றையும் உணவுக் கழிவுகளையும் கொண்டு
கடல் நாறுவதாக எந்நேரத்திலும்
திருப்பியனுப்பப்படுவதற்காகக் காத்திருக்கும் அவர்கள்
யாரிடமும் முறையிட முடியாது
அவர்களுக்கான ஆணுறைகளை
அரசாங்கமே வழங்குகிறது
சிலருக்கு பின்புறக் கீழ்த் தொடையில்
பிரம்படி பட்ட தழும்புகள் உண்டு
கேட்டால் தங்கள் கடவுளே ஒரு காலத்தில்
மணல் சுமக்காததற்காகப் பிரம்படி பட்டவரென
பெருமையடிப்பார்கள்
இதற்கிடையே ஒரு வியாபாரத் தீவு
தனது சுற்றளவை அதிகரித்துக் கொண்டது
அதன் விளிம்புகளில்

வானளாவி எழும்பியிருக்கும் கட்டிடங்களில் நின்று
அவர்கள் புறப்பட்டு வந்த தேசத்தை
ஒருவர் காணவியலாது ஆயினும்
வார விடுமுறைநாளில்
நகரின் மத்தியில் உட்கார வழியின்றி
ஜடம்போல் நின்று கொண்டிருக்கும்
அவர்களது மொழியில் ஒரு பாடலை
ஒருவேளை நீங்கள் சுற்றுலா போயிருந்தால்
கேட்டு மகிழலாம்.

## எட்டாமல் போன இரட்டை உயிர்

சிந்திப்பதிலிருந்து
நான்காயிரம் ஆண்டுகளுக்கு முன்
விடுபட்ட நதியொன்று தனக்குள்
சுட்ட மண்பாண்டங்களையும்
இறுகிய கல்மரங்களையும் அடக்கி
பெரும் மணல் தேரியாய் நீண்டு கிடந்தது
அதிகக் குழந்தைகள் புதையுண்டு
கிடப்பதாய்ப் பீதியைக் கிளப்பினார்கள்
காயல் பகுதியில் கிடைக்கும்
திமிங்கல எலும்புகள் போக
ஒரு ஆச்சரியமான விஷயம்
விநோத உயிரினம் ஒன்று இருந்ததாக
அறியப்பட்டது
தொல்படிவ ஆராய்ச்சியாளர்கள்
அது குதிரைக்கும் நரிக்கும் பிறந்த
கலப்பினம் என்றார்கள்
வளர்சிதை நெருக்கடியில் அந்த அபூர்வ உயிரி
இனப்பெருக்கமற்று தனித்து விடப்பட்ட நிலையில்
அழிந்திருக்கலாம் என்பது முடிவானது
அது ஒரு ஆண் வகையாக ஜனித்துவிட்டதாலும்
அதற்கு இணையான பெண் உயிர் இல்லாததாலும்
தற்கொலை செய்து கொண்டிருக்கவும்கூடும்
என்பதும் ஒரு அனுமானம்
அப்பிராணியின் பின்பகுதி

குதிரையில் உயர்ந்த கால்களோடு
நீண்ட ஆணுறுப்பைக் கொண்டிருந்தபோதும்
முன்பகுதியில் முகம் சிறுத்த நரியினுடையதும்
அதன் குட்டையான கால்களோடும்
பிறந்துவிட்டதுதான் பெரும் துரதிர்ஷ்டம் எனச் சொன்னார்
பரிமாணக் கவலை கொண்ட ஒரு உயிரியல் ஞானி
மேலும் அவர் சொன்னதுதான் விசித்திரம்
நரிவாய்க்கு அதன் பின்புறம் எட்டியிருந்தால்
தன் இனவிருத்தியைத் தானே பெருக்கியிருக்க முடியும்
சே... என்ன ஒரு மோசமான இடைக்கண்ணியில்
எட்டாமல் போன இரட்டை உயிரி அது
எனச் சொல்லித் தன் உதடுகளை நாவால் நீவிக்கொண்டார்.

## நெருப்பை நக்குதல்

தத்துவத்தின் மூலையிலிருந்து
ஒரு துண்டை நறுக்கி
ஆலிவ் ஆயிலில் வறுப்பது
அதை மொறுமொறுக்கச் செய்கிறது
கருந்துளையிலிருந்து புறப்பொருளாகவும்
கடலிலிருந்து உப்பாகவும்
பழத்திலிருந்து விதையாகவும்
சூலகத்திலிருந்து உயிராகவும்
தத்துவத்தை அடையாளம் காட்டியவர்களை
நானூறு வருடம் வாழும் ஆமைகள் என்றும் சொல்லலாம்
பிறகு தத்துவத்தைத் தொட்டிச்செடியில் வளர்ப்பது எப்படி
என்று ஒரு புத்தகமே இருக்கிறது
அதைவிட தத்துவத்தில் ஒரு சொட்டுத்தேன் கலந்து
அதிகாலையில் குடித்து வந்தால் உடல் மெலியலாம்
மற்றபடி தத்துவத்தின் நாக்கோ
பேராசை கொண்டது
தன் சுவை அரும்புகளால் எல்லாவற்றையும்
நெருப்பையும்கூட அது நக்குகிறது
தத்துவத்தை ஆண் கழுதைகள் விறைத்துக் காட்டியும்
பெண் நரிகள் திருடியும் தின்று விடுகின்றன
தத்துவத்தோடு வரலாறு சேரும்போது
ஜாக்கிரதையாக இருக்க வேண்டும்
புணர்ச்சியின்போது புட்டங்களை விலக்க முடியாமல்
முகம் திருப்பி தெருவில் இழுபடும் நாய்களை

நாம் அறிந்திருக்கிறோம்
இப்படிச் சொல்லலாம்
கடல் ஒரு பிராணியாய் அசைகிறது
ஒரு வேட்டையைப் போல சூரியன்
தன் கிரணத்தை அதன்மீது பாய்ச்சுகிறது
சூரியனிலிருந்து கடலுக்கு பிறகு நிலத்துக்கு என்று
ஒரு முக்கோண தத்துவம்
அவசியமற்றது
நயவஞ்சகமானது.

# உணவு விடுதியுடன் ஒரு நிலம்

பாப்பி புற்கள் அதனூடான புழுக்கள்
சணல் நிலங்கள்
ஒரு பருத்த கெக்கலிக்கும் தவளை
கொழுப்பும் புரோட்டீனும் மிகுந்த
தூந்திரப் பிரதேச மீன்கள்
இப்போது கண்களை மூடித் திறந்தால்
மின் அடுப்புகள் தங்கள் வினிகரின் ரிதத்தால்
இறைச்சித் துண்டுகளை இசைத்திருக்க
சுத்தமான துணி விரிக்கப்பட்ட மேசையைச் சுற்றி
முள் கரண்டி மற்றும் கத்திகளின் முன்பாக
பவ்யமாக அமர்ந்திருக்கும் பூனைகள்
இன்னும் தேனில் ஊறும் செர்ரிப் பழங்கள்
ஒரு கொத்து வெள்ளை உள்ளிப் பூண்டு
பெரிய வெங்காய வட்டங்கள்
தளிர் முட்டைக்கோசு இலைகளின் மேல்
வெந்து உரிபட்ட வெண்மையான முட்டைகள்
தக்காளிக் குழம்பை முகவாயில் பூசிக்கொண்ட ஒரு ப+னை
தன் இளஞ்சிவப்பு நாவால்
எத்தனை முறைதான் முகம் துடைக்குமோ
மெல்லிய பீங்கான் கோப்பை
அதைப் பிரதிபலிக்கிறது
லு வடிவக் கிண்ணியில் பளபளக்கும்
சிறிதளவு விஸ்கியில்
நிலவு மிதக்கிறது

பூனைகள் அதைக் கடல் என்று வர்ணித்துச் சிரிக்கின்றன
தாதுக்கள் கசியும் பூமியின் அருகே
உடும்புகள் தலைதூக்கிப் பார்க்கும் இதை
ஒரு உணவு விடுதி என்றும் சொல்லலாம்
மேலும்
மரங்கள் தங்கள் பழுத்த இலைகளைச் சிந்தும்
மழைக்கால மஞ்சள் நிலம் என்றும் இசைக்கலாம்.

# இசையின் தந்தி

நகரத்தின் நீர் நிலைகளின் ஊடாக எனது பாதை
பச்சைத் தாவரங்களின் அடியில்
ரகசியக் காதலன் புன்னகைக்கிறான்
சூரியன் தன் ஆரஞ்சு கிரணங்களை
புல்வெளிகளில் பாய்ச்சுகிறது
பின்னிரவ உறக்கத்தின் கனவுகளில்
இணங்கிய மார்பகங்கள் நலுங்குகின்றன
காய்ந்த இலைகளைப் பெருக்கும் மூதாட்டி
திரும்பிப் பார்க்கும்படி
அவன் ஒரு வாகை மரத்துக்குப் பின்னால்
இழுத்து அணைத்து முத்தமிடுகிறான்
பறவைகள் மெல்லச் சளசளக்கின்றன
உயரமான கட்டடிடங்களைத் தழுவி
மேகங்கள் நகரும்போது
எனது சிறிய ஆடைக்குள்
இசையில் தந்தி அதிர்கிறது
இந்தத் திருட்டுத்தனத்தின்
மாலையை நேசிக்கிறேன்
குளிர்ந்த காற்று அவனது விரல்கள் மற்றும்
மெல்லெனச் சூழும்
இந்தக் கரிய மாலையை.

## பாம்புகளுடன் ஆதாம்

ஆறாம் நாள்
ஆதாம் ஆற்றில் இறங்கினான்
உடலில் எல்லா முனைகளையும்
மீன்கள் கொறிக்க
தலை நிமிர்ந்து எழுந்தான்
பெரும் புழுவென்று எண்ணிய கெண்டை ஒன்று
அவன் தொடையிடுக்கில் தொங்கியது
ஆதலால் அவனே மீனோடு புணர்ந்த
முதல் மனிதனுமானான்
அன்று அவன் உருவி எறிந்த விலா எலும்பை
கானக மிருகங்கள் கவ்வியோடியிருந்தன
கடவுளைக் கண்ட முதல் நாளில்
அனைத்து ஜீவராசிகளும்
பேசாமடந்தைகளாகிவிட
எட்டாம் நாளில் ஏவாள்
கடவுளின் கண்ணில் படாமல் ஒளிந்து வந்தாள்
இரண்டாம் நாள் பற்றிய பேச்சில்
பாம்புகளைப் புணர்ச்சிக்குப் பழக்கிய விதம் பற்றி
அவனுக்குச் சொன்னாள்
முதல் நாளுக்கு முன்பாக நீ எங்கிருந்தாய் என
கேட்டவனை நோக்கி அவள் சொன்னாள்
தான் கடவுளைப் பிரசவித்துக் கொண்டிருந்ததாகவும்
ஏனோ தனது பாம்பை அடித்துக் கொல்ல
அவன் புதர்களில் அலைவதாகவும் கண்ணீர் சிந்தினாள்
பிறகு கனியைப் புசித்த ஆதாம்
அவளைப் புணரத் தொடங்கினான்
மூன்றாம் நாளின்படி
ஆயிரமாயிரம் கடவுள்கள் பிறந்தெழுந்தனர்.

## ஏறத்தாழ நரேன் சொன்ன கதை

ஏறத்தாழ நரேன் சொன்ன கதை
இப்படித்தான் இருந்தது
இரவின் வாசல் மரங்கள் சலசலக்க
தந்தை கடல் ஆமையுடன் சிநேகம் கொண்ட
ஒரு சிறுமி பற்றியும்
தீவிலுள்ள குள்ள மனிதர்களையும்
அவனுக்குச் சொல்லியிருந்தார்
மீதிக் கதையைத் தொடர வேண்டிய மூத்தவனோ
என்னிடம் தள்ளிவிட்டு சாமர்த்தியமாகிவிட
குறுக்க முடியாத என் கதையை நிறுத்திவிட்டு
பெருகும் ஒரு தேசத்தின் வரலாற்றை
மீன்போல திறக்கும் நரேனின் குட்டி வாயால்
கேட்கும் ஆவலுக்குத் திரும்பினோம்
தாமரை அரிசி மாவு தோசையும்
சிறிது பழச்சாறும் தயாரித்துக் கொண்டிருந்தார்
இரவுக்கு வெளியே பல செய்திகள்
எங்களுக்குத் தெரியாதிருந்தன
என்ன செய்வதென அறியாமல்
எல்லாத் தலைவர்களும் பொழுதுபோக்காய்
ஒருவரையொருவர் சுட்டுக்கொண்டு இறந்துபோன பிறகு
கதையின் நீதி என்ன என
நரேனை வற்புறுத்தினோம்
தலைவராக ஆசைப்பட்டால் இதுதான் கதி
என்றவனின் முகம் வன்மமாகி
உடனே மலர்ந்து சிரித்தது
உறங்கும் அவனது உள்ளங்கைகளைப் பற்றியபடி
தலைவர்கள் இல்லாத உலகத்தில் விட்டுவிட்டு
அதிகாலை ஊர் ஏகினேன்
சொன்னபடிதான் செய்தித்தாளில் நடந்திருந்தது.

## பைத்தியங்களைக் கண்டு மறைபவன்

அவன் நியாயங்களுக்குத் திரும்பும்போது
பழைய போர்வை ஒன்றை சலவை செய்து கொள்கிறான்
சவரம் பண்ணிக் கொள்வது
செய்தித் தாள்களை மொத்தமாக வைத்துத் தீயிட்டுக்
கொளுத்துவது
உறவினர்களை விசாரிப்பது
யாவும் அப்படியே இருப்பது குறித்து வியந்துகொள்வது
மறுசுற்றில் நிற்கமுடியாது அவனால்
போதையைத் தானமாய் பெறுவதை ஒரு தொழிலாகவும்
அண்டிப் பிழைக்கும் நாய்களை
கானகத்துக்குத் துரத்துவது குறித்த கவலையிலும்
பிறகு தன்னிடம் ஒரே ஒரு செய்தி உள்ளதாக
நடைபாதை வியாபாரிகளிடம்
உட்கார்ந்து பிதற்றுவதும்
பைத்தியங்களைக் கண்டால் மட்டும்
சட்டெனச் சந்துகளுக்குள் மறைவதும்
அவனை குடும்பத்துக்கு வெளியே திரிபவனாக
கண்காணிப்பிற்கு அப்பால் காவலர்களைப் பார்த்து
புன்முறுவல் புரிபவனாக
பலரிடம் நேரம் கேட்பவனாக
பேருந்தில் நீண்ட தூரப் பயணிப்பவனாக
சில பொருட்களோடு புத்தகங்களையும்
அங்காடித் தெருவில் திருடிச் செல்பவனாக
நூலகத்தின் மூலையில்
சுயமைதுனம் புரிபவனாக
யாதொரு நியாயத்திற்கும் தப்பியவனாக அதோ
அவன்தான்
நீங்கள் சொல்லும் ஆள்தானா இல்லை அங்கே
இதோ இந்தப் பக்கம் இடதுபக்கம்
தேநீர் விடுதி முன்பு நின்றிருந்தானே
அவன்தான்.

## சுவாரசியமான கதை

பழம்பாடல் ஒன்றிலிருந்து
நழுவும் இசைக்கும்
தொலைவின் சிறிய வீடுகளுக்குமான
இடைவெளியில்
ஒரு வெப்ப மண்டல வரைபடம் நிலவுகிறது
அதன் பயிர்கள்
புகையிலை பருத்தி கருத்த மனிதர்கள் காளான்கள்
வடகிடக்கிலும் தென்மேற்கிலும்
பருவம் சொற்பமாய்க் கசிந்து
கீரைத் தண்டுகளையும்
மேய்ச்சலுக்கான புற்களையும் தருவதாக ஐதீகம்
முகடுகளில் பனியும்
வற்றாத நதிகளும்
வடக்கே கடலிறங்கும் காலங்களில்
வரைபடம் விரிவதாகச் செய்திகள் வருகின்றன
நீர்மட்டம் உயர்ந்து கரைகளை மீறி
உயிர்ச் சலனங்களை இழுத்துப் போகும்
அலைகளைக் காணும்போது
பௌர்ணமி நிலவின் கொந்தளிப்புகளை நோக்கி
பைத்தியம் பிடித்த நிலம்
புழுதியுடன் சீறுவதாக
பழமையான வேளாண் கதைகள் சிலவும்
வழக்கிலிருப்பதை அறிகிறோம்
வெப்ப மண்டலத்தின் கருத்தத மனிதக் கனவுகளையும்

நிலவெரியும் ஜாமங்களில் அவர்களின் காதல் ஒழுக்கத்தையும்
பழம்பாடலில் பொதிந்திருக்கும்
ஒரு நிலத்தின் வரைபடத்தை
அதன் வீடுகளுக்குள் ஆராயப் புகும்போது
தற்கொலைகளுக்கான செய்திகளாய்
அவைகள் விரிவடைவது
ஐதீகமல்ல தத்துவமல்ல
பொதுவாய்ப் பேசும் மனித நேயம் கூடக் கிடையாது
மேற்கே அது ஒரு சுவாரசியமான கதை.

## சமாதானம்

காலத்தைத் தின்பவன்
மாதுளங்கனியின் பரல்களை அடுக்குகிறான்
இன்னும் ஒரு வெயில் அதை
மாணிக்கமாக்கி ஒளிர வைக்கும்
நாம் நமது நதியைக் கடந்து கொண்டிருக்கிறோம்
ஓடங்களின் பாடல்களை
அதன் கரையில் கட்டிப்போட முடியாது
நீளமான ஓசைகளின் முடிவை
கடல் எடுத்துக்கொண்டு கதறும்போது
வானம் ஒரு எறிகல்லை
நமக்காக இருள்நீலத்தின் தீட்டும்
மேலும் பாக்கியம் வேண்டுமா
ஒரு நிமிடம் மழையில் நனையலாம்
காயங்களைக் கழுவிக் கொள்ளலாம்
பனியின் சமாதானம் பற்றிய சர்ச்சை எதற்கு
காலத்தை எழுதுபவன்
மனவெளியில் சொற்களை அடுக்குகிறான்
இன்னுமொரு தத்துவம் அதை உறைய வைக்கும்
நாம் அர்த்தங்களைக் கடந்துகொண்டிருக்கிறோம்
காலத்தின் பாடல்களை
அதன் நிகழ்கணத்தில் கட்டிப்போட முடியாது.

## வெளியில் மறைந்திருக்கம் அடுக்குகள்

ஞாபகங்களை விலக்கி
உன் அவயங்களை ஸ்பரிசிக்க முயலும்போது
மறைந்திருக்கும் உன் உடலின்
அடுக்குகள் கண்டு திகைத்தேன்
ஆசையில் நாணத்தைச் சுமந்திருந்த அடுக்கில்
கைவிரல் பட்டதும்
உன் ஓநாய்க் கண்களிலிருந்து
அமானுஷ்யம் சீறியது
காமம் உறைந்திருக்கும் பக்கம் தெரியாமல்
கண்ணீர்த் தேக்கத்தில் கைவைத்துவிட்டேன் போலும்
புன்னகையின் இதழ் திருகி
கடைவாயில் உதிரம் கசிந்தது
ஆதிக்குகை தேடி
அங்கிருந்த சித்திரம் ஒன்றைத் துடைத்தெடுத்தேன்
கால் சந்தில் சிசுவின் தலையிறங்கும்
காட்சி ஒன்று கண்ணில் பட்டது
பறவையின் கூடு ஒன்றைவிட்டுப் போனதும்
யாசகனைப் போல் குரலெழுப்புவதுமான
உன் அச்சத்தின் அடுக்கை
ஒரு வஞ்சகமான நரியின் விழிகளோடு
கலைக்கத் துவங்கினேன்
கடவுளின் அழுகைச் சத்தமும்
யுகாந்தரங்களில் ஒடுங்கியிருந்த பேய்களின் ஊளையுமாய்
அது என் குலைநடுங்க ஓலமிட்டது.

# பௌர்ணமி இரவில் முறையிட்டவன்

எனக்குக் கை நீளம் என்கிறார்கள்
இலைகள் ஊடாக கைவிட்டு
அரச மரத்துக் கிளிகளைப் பிடித்துவிடுவதாக
குற்றச்சாட்டு
உறக்கத்தின்போது மிக மோசமாக
அந்தரங்க உறுப்புகளை
தடவி மறைவதும் என் விரல்கள்தான்
என்ற சந்தேகம் இருக்கிறது
ரொட்டித் துண்டு போல ஒரு ஒற்றைக் கரம்
நிலவின் விளிம்பைப் பிடித்து
அடிக்கடி கீடே இழுப்பதைக் கண்டதாக
பௌர்ணமி இரவில் ஒருவன் முறையிட்டான
அப்போது படுக்கையிலிருந்தபடியே
நதியின் ஒரு மீனைப் பிடித்துக் கொண்டிருந்தேன்
ஒருமுறை பால்கனியில் நின்று
மழைநீர்க்குழாயின் அடைப்பை நீக்கும்போது
தரைத்தளத்தின் கீழ்முனையில்
வெளிவந்த விரல்களைக் கண்டு
குழந்தை ஒன்று பயந்துபோய் அலறியிருக்கிறது
மற்றபடி வன்முறை எனச் சொன்னால்
பின்னால் திரியும் நாய் ஒன்றின் வாயினுள்
கரம் நுழைத்து குதத்தில் வெளியேற்றியதைத்தான்
சொல்லவேண்டும்
இதற்கிடையில் என் கைகளை

இரகசியமாய் நேசிப்பதாக வேறு
ஒருத்தி சொல்கிறாள்
என்ன செய்வது
முடிந்தால் உங்கள் வாகனத்தின்
பின்புறத்தைப் பிடித்துக்கொள்கிறேன்
என் உடலை தரை தோயச் சாலைகளில்
நீளமாய் இழுத்துப் போங்கள்
இல்லையென்றால்
சற்றுமுன்பு உங்களுக்குத் தெரியாமல் எடுத்த
ஒரு ஆப்ரிகாட் பழத்தைத் தின்னவிடுங்கள்.

திருடர்களின் சந்தை

# மழையின் வழி

பச்சைப் புற்களைப் பற்றிய
ஒரு பாடலைப் பாடும்
நத்தையின் வழியில்
நாயொன்று குறுக்கிட்டது
மூக்கில் வடியும் நீரை
நாவால் துழாவியபடி
நத்தையை அது முகந்தது
உள்ளிழுத்துக் கொண்ட ஓட்டினை
உருட்டிப் பொகும் நாயின் வழியில்
கொக்கொன்று வந்திறங்க
அதன் அலகில் பட்டது நத்தை
நாலே எட்டில் தாவும் நாயிடமிருந்து
வானில் எழும்பிய கொக்கின் வழியில்
பெரும்மழை
நனையும் இறகால் பறக்கத் தோதற்று
மழையின் வழியில்
நிற்கும்
மரம் மீது ஒடுங்கியது
மரத்தின் வழியில் நதி உரசிப்போக
நதியின் வழியில் கடல் வந்து சேர
கடல் கடக்கும் கொக்கின் வழியே இது நடந்ததா
முன்னமே நத்தையின் பாடலில்
அத்தனையும் இருந்ததா

## இது மாதிரியான நாட்கள்

தொலைநோக்கி வழியாக
ஆடை மாற்றும் ஒரு பெண்ணின் சாளரத்தில்
ஆரம்பித்து விட்டிருக்கும்
சிறிய தேன்கூடு ஒன்று தொங்குகிறது
10ம் நம்பர் தெருவில்
சாலையைச் செப்பனிடும் சப்தம்
தூரத்தில் மீன் பிடிக்கப் போகும்
கால்வாயை ஒட்டிய அடர்ந்த காடு தெரிகிறது
பின்புறத்தையே பார்ப்பது
கப்பில் எதையோ உறிஞ்சுவது
தொடர்ந்து இது நீடிக்கப் போவதில்லை
9ம் தளத்தில் இளைஞனாக இருப்பது
அலுவலக மற்றும் அடையாள அட்டைகளுடன்
எங்கோ நண்பர்களுடன்
மதுவிடுதியில்
இது மாதிரியான நாட்களுக்குள்
ஒளிந்திருக்கும் குறுகுறுப்பு
சிப்பந்தி கூக்குரலிடுகிறாள்
ஒரு பாய்லர் தகட்டின் விலை
மற்றும் ஒரு பிஸ்டன் ராடின்
சுற்றளவு தெரிய வேண்டுமாம்
வளர்ச்சிக்கான தொலைநோக்குத் திட்டங்களை
பங்குகளுக்கு கிராக்கி ஏற்படுத்துவதை
மேலும் எதிர்பார்க்கவேயில்லை
இப்போது அவள்
முழு நிர்வாணமாய் நடனமாடுகிறாள்
காதலுக்கு முன்பு பல முறைகள்
இது மிகவும் அயர்ச்சியானது
தொலை நோக்கற்றது.

# அதிகம் பிறந்தவர்கள்

நான் உங்களுக்காக
மரக் கள் கடைகளைத் திறக்கப் பண்ணுவேன்
மூல நோய் உள்ளவர்கள்
பன்றி மாமிசத்திற்காக அலைகிறார்கள்
புலவர் அவ்வை
பனை மரங்களை நேசிக்கிறார்
நவீன சோழர்கள்
இறக்குமதி மதுவிற்கு விரிவிலக்கு அளித்துவிட்ட
இக்காலத்தின் ஆரம்பத்தில்
ஒரு குடும்பத்தில் மூன்று சதவிகிதம் பேர்
உறக்கத்தில் சிறுநீர் கழிக்கிறார்கள்
சம்பவங்களைக் குழப்பாதே
நான் உங்களுக்காக நிலங்களையும்
கட்டிடங்களையும் சுத்தம் பண்ணுவேன்
தயவு செய்து
மரணப் பாடலை ஒத்திகை பார்க்க வேண்டாம்
திருடுபவர்களை
உற்பத்தி செய்கிறது வீடு
கவிஞர் அம்பாயிரம்
அரசுப் பாலத்துக்குள் விழுந்தவனைத் தூக்குகிறார்
நான் அதிகம் உங்களுக்காக
ரொட்டி சுடலாம்
சாலைமின் விளக்கடியில் உறங்குபவர்களே
வாகனங்களை அதன் எரிபொருளிலிருந்து
என்னால் விலக்கி வைக்க முடியாது
பிறகு நான் உங்களை ஆழ்ந்துறங்கப் பண்ணுவேன்
உலக சவுகரியத்திற்காக
நீங்கள் மரணத்தை விட்டுச் செல்லும்முன்
அதிகம் பிறந்தவர்களே
உங்களுக்காக
இறந்து சில்லிட்டுப் போன கடவுளுக்கு
முகச்சவரம் செய்வேன்.

## அசட்டுத் தந்தை

விரியும் சாலை நடைபாதைகளில்
கல் பலகைககள் பதிப்பதும்
ரயில் தடங்களில் ஸ்லீப்பர் கட்டைகளை மாற்றுவதும்
ஊதுலைக் கழிவுகளை நீக்குவதும்
கைப்பிடிச் சுவர்களின் தோட்டங்கள் வளர்ப்பதும்
யாருடைய வேலை
நம்முடையதல்ல
நீர்த்துக் கொண்டிருக்கும் வீரியத்திற்கு முன்
மதுவும் சரிவிகித உணவும் உண்டு
கூடிக் களிக்க திமிறும் காமம் மேவிய துணையுடன்
இந்நீள் நிலத்தின் பயணிக்க
நிலவெரியும் ஜாமங்களுண்டு
திணைக்குள் சென்றால் சிறுபொழுது என்பார்கள்
கிடங்குகளில் தன்னிறைவும்
கைகளில் வீக்கமுமாய்
ஒரு மெய்மையற்றகாலம்
கண் முன்னே நீண்டு கிடக்கிறது
தோழி அதை வரலாற்றின் பகல்தூக்கமென
வர்ணிக்கிறாள்
இப்போது மதுவிடுதிக்குள்
ஒரு இனிய பாடலைப் பாடுபவளோடு
நாமும் சேர்ந்துகொள்கிறோம்
விரும்புகிறோம் பாலாடைக் கட்டிகளை
இயந்திரம் சீராக்கும் சாலைகளை

அதன் புதர்களில் காதலை
மதுச்சாலைகளை விரும்புகிறோம்
அதிகமும் பதப்படுத்தப்பட்ட இறைச்சிகளை
மற்றும் நடனத்தை
ஒருபோதும் வேலையையல்ல
சக்கையாய்ப் பிழியும்
அதன் பனிரெண்டு மணி நேரத்தை
ஒளிந்து கொண்டு வியர்வையை நக்கும்
அந்தத் தத்துவத்தைதான் கொல்ல விரும்புகிறோம்
மன்னிக்கவும் பயிர்நிலத்தை என்னுடையதென்றும்
ஈனும் பெண்ணை என்னுடையவளென்றும் சொன்ன
எங்கள் அசட்டுத் தந்தையையும் சேர்த்தேதான்.

# கணவாய் மீன்கள்

அன்பே
தவறவிட்ட உன் இதழ்களை
ஒரு கடல் உணவகத்தில் கண்டேன்
உன்னுடன் அருந்திய கடைசி மது
கொஞ்சம் மிச்சமிருக்கிறது
விரைந்து கடந்த புகைவண்டிக்குப் பின்னால்
துடித்து வந்த எனது குரல்
உனது கைப்பைக்குள்தான் நுழைந்திருக்க வேண்டும்
உதட்டுச் சாயத்தில் வைத்து அதை மீண்டும் மீண்டும் அழுத்தாதே
கடலின் மெல்லுடலிகள்
எனது இரவை வழவழப்பாக்குகின்றன
பகலெல்லாம் நீ பேசிய அத்தியாவசிய வார்த்தைக்கடியில்
உன் அவயங்களை சட்டென முணுமுணுக்கப்ப பண்ணும்
எனது இச்சையின் தெருப்பாடலை
இதோ இந்தக் கணவாய் மீண்களிடம் கேள்
அவை உன்னைப் பொலவே
ப+ந்தசைகள் கொண்டிருக்கின்றன
எப்போதும் குயில்கள் கத்தும்
மரங்களுக்கிடையிலிருந்து
தொடர்பு கொள்ளும்
உனது படுக்கையறையை
எனது கடலலைகள் தீண்ட வரும்போது
உன் அனுமதியுடன்
மிச்ச மதுவைப் பகிர்வேன்.

திருடர்களின் சந்தை

## சாகசமற்ற கதை

பயணிகள் சொன்ன கதைகளோடு
திறந்தவெளிச் சிறைச்சாலையில்
ஒரு பரிசாரகனுக்காகக் காத்திருக்கிறேன்
கடல் மட்டம் உயர்ந்து வருவதாக
புரளிகள் வருகின்றன
பகலுக்கு ஒரே விளக்கெனில்
சூரியனை நம்பித்தான் ஆகவேண்டும்
இடையே பைத்தியக்காரிகளை
உருவாக்குகிறது நிலம்
இதிகாசங்களில் என்ன சொல்லியிருக்கிறது
ஊழிக் காலத்தில் கடவுள் எங்கிருப்பார்
பெயர் தெரியா தேசங்களில்
பெண்கள் பிள்ளைகள் பெற்றுக் கொள்கிறார்கள்
ஆர்க்கிட் மலர்களில் வண்ணமேற்றுவது
சரும வாசனை வீசும் பெண்களை
நறுமணத்தால் அலங்கரிப்பது போலத்தான்
இன்னும் சில நாட்களை
பயணிகள் விநோதமாக்குவார்கள்
பைத்தியக்காரிகள் அதை
தலைகீழாக்கட்டும்
எந்த சாகசமுமின்றி ஒரு கதையிருக்கிறது
கடவுள் மீன் பிடித்துக் கொண்டிருக்கிறார்.

# ரத்த ருசியும் கரப்பான் பூச்சியும்

குளிரூட்டப்பட்ட
அலுமினியத் தடுப்பறையில்
கருநிறச் சல்லாக் காலுறை அணிந்த
மாடலிங் பெண்
நேற்றைய பாடலொன்றை முணுமுணுக்கிறாள்
நகரத்தின் மேல் தாழப் பறந்துபோகும்
ஒரு விமானத்தின் அதிர்வொலிகள்
அடிவயிற்றில் சரசரக்க
அவளது இரவு உணவு
தொலைதூர விடுதியில்
வயிறுபிளக்கப்பட்ட ஒரு பாறைமீனாக இருக்கலாம்
அவள் புன்னகைக்கிறாள்
தன் படுக்கயைறைக் குடுவையில் வளரும்
காதலின் பரிசான ஒரு குட்டித் தங்க மீனை
நேற்று மல்லாந்த தன் நிர்வாண உடலின் மேல்
துடிக்கவிட்டுச் சாகடித்திருந்தாள்
அவள் இறங்கிப் போகலாம்
எஸ்கலேட்டரில் அல்லது லிஃப்டில்
கனத்த அலுவலகச் சுவர்கள்
செயற்கைப் பூந்தொட்டிகள்
கைப்பையில் வைத்திருக்கும்
பாம்பின் கண்கள்
நகரச் சாலையில் ஒரு விஷ வண்டு போல
ஒளிர்ந்து வீடு பறக்கிறது அவளது கரிய வாகனம்
விளக்குகள் அணைக்கப்பட்டு
மெல்லிய வெப்பம் சூழ்ந்து கொண்டிருக்கும்
அலுவலகக் கழிவறையின்
நீல நிறப் பீங்கான் மீது
ஈரம் காயாத ஒரு துளி ரத்தத்தை
ருசித்துக் கொண்டிருந்தது கரப்பான்பூச்சி.

## மணலின் சொல்

நீ சிலவற்றைச் செய்ய முடியும்
பழைய புத்தகம் ஒன்றிலிருந்து
விரித்து வைக்கப்பட்ட
உடலின் கதையை அதன் ஒரு சொல்லெடுத்து
நீ கொல்லவும் வெல்லவும் செய்யலாம்
பாம்பின் சீறலாய் உனது சொல்
வறண்ட இந்நிலத்தினை ஏறிட்டுப் பார்க்கும்போது
நெடுங்காலம் மணலின் உருவமாய் எழுந்து நடந்து
மணலிலேயே மறையும் என் மாய உடலை
நீ நிலைநிறுத்தவே முயல்கிறாய்
மணல் மரங்களும்
மணல் பறவைகளும்
மணல் உணவை உண்டு பாடும்
ஒரே ஒரு பாடல்தான்
காலத்தின் நீர்ச்சொட்டாய்
பைத்தியத்தின் பித்த வெடிப்பில் பட்டு
என் மணல் விதைகள் ஊக்கியிருக்க வேண்டும்
உன் கடிவாயை விலக்கு
மணலின் சொல் ஒன்று
முற்றிலும் விஷம் ஏறுமுன்
உருவம் கலைந்து சிதறவேண்டும்
பிறகு முடியாது உன்னால்
பழைய புத்தகத்திலிருந்து
ஒரு உடலை உருத்திரட்டுவதற்கும்
மணலின் சொல்லெடுத்து
ஒரு மாயக்கதை வனைக்கவும்.

## பகலை மேற்கு நோக்கி அனுப்புகிறவன்

ஒரு பித்தளைப் பானையை வடிவமைப்பவன்
தனது சுத்தியலால் மெதுமெதுவாகத் தட்டி
பகலை மேற்கு நோக்கி அனுப்புகிறான்
அவனருகே
காகிதத் துண்டுகளையும்
கண்ணாடிப் பீங்கான்களையும் சேகரிப்பவர்கள்
குப்பைத் தொட்டியில் கவிழ்ந்திருக்கிறார்கள்
ஒரு டிராக்டர் தொழிற்சாலையும்
அதனருகே நீளும் சாலையில்
காற்றாலைக்கான நீண்ட விசிறிகளை
சுமந்துபோகும் வாகனங்களும்
வறுத்த கடலை விறகும் சிறுமிகளும்
பிச்சையெடுக்கும் மூதாட்டி ஒருத்தியும்
இளநீர்க் கடையோடு ஒரு ரயில்வே கேட்டும்
இருக்கிறது
உள்நாட்டு அரசியல் கொடிகளை
முகப்பில் சூடிய
அயல்நாட்டு வாகனங்கள் சிலவும்
அணிவகுப்பில் நிற்கின்றன
ஜீன்ஸ் அணிந்த மெல்லிய பெண்கள்
வாகனங்களை விட்டிறங்கி
சோம்பல் முறிக்கிறார்கள்
வாழைத் தோட்டங்களின் அருகே
கழிவுநீர் ஓடையை

### திருடர்களின் சந்தை

பன்றிகள் மூக்கால் துளாவுகின்றன
பெரும் இரைச்சலுடன் குறுக்காக
ரயில் கடந்துபோனவுடன்
பசியை ஓவியமாகவும்
காதலை இசையாகவும் கொண்டிருந்த
அந்நிலக் காட்சி
நிகழ்ந்துவிட்ட ஒரு கொலையின் தடயத்தை
தனக்குள் மறைத்துக் கொண்டு
புலன் தகர்ந்து நகர்கிறது.

## நீ ஒரு கவிஞனெனில்

விதைத்த மக்காச்சோள மணிகளை
பொறுக்கித் தின்றுவிடும் மயில்களை
விஷம் வைத்துக் கொன்றுவிடும் நிலத்தில்
அவனைப் பார்த்தேன்
பெரும் மது விருந்தின் குழந்தையான
அவன் வீட்டுக் கோப்பைகள்
எப்போதும் மகிழ்ச்சியை நிரப்பிக் கொண்டிருந்தன
ஒரு வனவாசிக்கும் விவசாயிக்குமிடையே
உருப்பெற்றிருந்த அவன்
தனது குதிரையில்
ஒரு பழங்காலத்தை வளர்த்து வைத்திருந்தான்
மேலும் அவன்
பெண்களையும் மனிதர்களையும் சந்திக்கும்பொருட்டு
தனது சிறிய நகரத்தை
அதன் காவல் நிலையத் தவறுகளிலிருந்து
வெளியேற்றிக் கொண்டிருந்தான்
அவன் தோட்டத்தில் இளைஞர்கள்
மதுவுடன் இசைத்தனர் நடனமாடினர்
அன்றைய இரவுகளில்
நானொரு சமையல்காரனாகவும்
அவன்
எனது நீண்ட காலை உறக்கத்திற்கு
கண்ணியமானவனாகவும் இருந்திருக்கிறோம்
அவன்தான் சொன்னான்

### திருடர்களின் சந்தை

எல்லா நிலங்களும்
பறவைகளுக்காகாத விஷம் நிரம்பியது
நானோ
அதிலிருந்து வெளியேறுபவன்
நல்லது
நீ
ஒரு கவிஞனெனில்
உனது கோப்பையை நிரப்புவேன்
பிறகு என் குதிரையை நீ எடுத்துக் கொண்டு போகலாம்
அது நிகழ்காலத்துக்கும் எதிர்காலத்துக்குமிடையே
உன்னை இறந்தகாலத்தில் கொண்டு சேர்க்கும்.

# பாடல் பெற்ற ஸ்தலம்

தொலைதூரம் செல்லும் வணிகக்கூட்டத்தை
பாதையில் தீப்பந்தத்துடன்
தனது வீடு நோக்கி அழைக்கும்
ஒரு முதிய பணிப்பெண்ணின் வருகைக்காக
அகல்விளக்கெரியும் மாடத்திலிருந்து
தன் இரவுக்கதையைத் துவக்குபவள்
அலைகூந்தல் சரிய
ஊஞ்சலில் சயனத்திருக்கிறாள்
நறுமணத் தூபம் பரவும் கூடம்
அவயம் தழுவிய மென்துகில்
குறுகுறுத்து நடமாடும்
நீள்கழுத்து அன்னங்கள்
பனி படர்ந்த கூரை முகட்டில்
விழுதுடன் இறங்கும் அரசிலை வேர்கள்
யாழெடுத்து இசைக்கும்
அவளது மெல்லய தாபம்
பொதியேற்றிய கழுதைகளை
ஊ ஊவென விரட்டிப் போகும்
அடிமைகளின் ஓலத்திற்கு
துயரம் இழைக்கிறது
கஸ்தூரியும் சந்தனமும்
மஞ்சளொடு பூலாங்கிழங்கும்
துவைத்த சொதியில்
உடல் மெழுகி இளஞ்சுடுநீரில்

துவண்ட தேகம் துலங்க
முன்னொரு நாள்
இதேபோல் முற்றத்து நிலவெரிந்த
முதுவேனிற்பருவத்தில்
கிழட்டு ஓநாயும் மிளகு வியாபாரியும்
ரோமப் பொன் நாணயங்களை
பதிலாகத் தருபவனும்
சந்தையில் இளம்பெண்களை
கூந்தல் பிடித்து விற்பவனுமாகிய
ஒரு அகலவாய்ப் பேயனோடு
கழித்த கன்னி இரவை
பாடல்பெற்ற
கோயில் ஸ்தலத்தின்
ஆட்டரங்கில்
ஆவேசமாய் நடனமாடித் தீர்த்ததையும்
அதன்பிறகு
நீர்பாயும் ஒரு சிறு நிலத்தை
தானமாக்கிய தனவந்தனக்குமாய்ப் பகிர்ந்ததையும்
தன் சிறுவயது காதலனை ஓவியம் தீட்டி
உள்ளறையில் பதுக்கியதையும்
நரம்பதிரும் யாழிசையில்
உச்சமாய்க் கூட்டிசைத்தபோது
மணிக்கதவம் தாழ் நீங்கி கிழவி வர
கடவுளின் துளிப் பொட்டெடுத்து
கண்களில் ஒற்றினாள்
ஆயிரத்திரண்டாவது இரவின் கதை
துவங்கியது.

# நெடுஞ்சாலைக் காவலர்களுக்கான நன்றி

நகரத்துக்கு வெளியே
ஒரு வயலுக்கும் தார்ச்சாலைக்கும் நடுவே
சவுக்கு மரங்கள் அடர்ந்திருந்தால்
நள்ளிரவில்
நண்பனுடன் அதனடியில் உறங்களலாம்
அருகே கம்பளி விற்கும் நாடோடிகளின்
துணிக்கூடாரத்தில்
மெல்லிய மின்னொளியும்
டிரான்சிஸ்டரில் சில பாடல்களையும் கேட்கலாம்
அந்தச் சூழல் மிகவும் அலாதியானது
நெடுஞ்சாலைக் காவலர்களின்
வாகனம் வருவதற்குமுன்
மிச்சமிருக்கம் மதுவைக் குடித்துவிட்டு
ஆழ்ந்து புகைக்குத் துவங்கலாம்
இளம் நண்பனாகவும்
சிறிய வயதில் தாயை இழந்தவனாகவும்
வீட்டின் தனிமைத் துயர் தாங்கவியலாமல்
ஒரு தாலாட்டின் கனிவு தேங்கிய
கண்களுடன் இருந்தால்
அவன் உதடுகளில் ஒரு எதிர்காலத்தைப் போல
பற்றுறுதியுடன் முத்தமிடுவது
எத்தனை தற்செயலானது
ஒருவேளை
அந்த நட்சத்திரங்களுக்குக் கீழ்
ஒரு இளம் மார்க்சியனாய்
அவன் பேசத்துவங்குவதுகூட இயல்பானதுதான்
நிலவு மங்கிய ஒளியில்
வளைகத்தி போன்ற பழுத்த இலைகள் உதிர
குளிருக்கான நெருக்கத்தில்
உதடசையும் முக்கியமான ஒரு புள்ளியில்

ஆழ்ந்து அவன் உறங்கியிருப்பது
காலத்தில் அமைதியானது
அதிகாலைப் பறவைகள் கூச்சலிடும் வேளையில்
வராத காவலர்களுக்கு நன்றி சொல்லிவிட்டு
இருவருக்குமாய் மீந்த
சிகரெட்டைப் புகைத்தபடி
பனியில் நனைந்த தார்ச்சாலையில்
நடக்கத் துவங்குவோம்
தொடுவானம் சிவந்திருக்க
சிறுசிறு வாகனங்களை ஏற்றிக்கொண்டு
கன்டெய்னர் லாரி ஒன்று
நீளமாய்க் கடந்து போகும்.
(செல்மா பிரியதர்ஸனுக்கு)

# சுவரருகே மற்றும் ஒரு வீடு

நாம் ஆடுகளை வளர்த்தோம்
அது மிகவும் பரிதாபகரமானது
பாகற்காய்களையும் பிறகு
ஒரே பந்தலில் புடலைகளையும்கூட
எது மிகவும் நல்லது
நமது சுவரருகே மற்றொரு வீடு
மேலும் நாம் விரும்பும் ஒருவர்
உற்சாகத்துடன் வந்துவிடுவது
அப்போது
பாய்மரத்தை
நமது கூரையில் ஏற்றுகிறோம்
வீடு மிதந்து பயணிக்கிறது
நமது ஆடுகள் கத்துகின்றன
பலூன்களைப் போல காய்ந்த சுரைக்குடுவைகள்
வானில் பறக்கின்னறன
நமது கிழட்டுத் தந்தை
திண்ணையிலிருந்து விழுந்துவிடுகிறார்
எது மிகவும் நல்லது
கூரையில் படர்ந்திருக்கும்
பாகற்கொடியை அறுத்துவிடலாம்
அல்லது
மிதப்பானுக்காய்
சுரைக்குடுவைகளைச் சேகரிக்கலாம்
நாம் விரும்பியவரைக் கேட்கிறோம்
சுவரருகே இருக்கும் அந்த மற்றொரு வீட்டை அடைய
நீண்ட காலமாகுமென்பதால்
அவர்
பாய்மரத்தை வெட்டுவதுதான் நல்லது என்கிறார்
பயணமோ பாகற்பந்தலின்கீழ்
தத்தளிக்கிறது.

## புதையுண்ட சுமைதாங்கிகள்

எங்கள் சாலைகளில் நடந்துகொண்டிருக்கிறோம்
முன்னம் காலங்களில்
அரசாலெனக் கிளைபடர்ந்த பெரும்மரங்களின்கீழ்
சுமைதாங்கிகளில் ஓய்வெடுத்து கால்நடையாய்ப் பயணித்த
எந்தையர்களின் விடாய் தணிக்கும்
ஆம்பல் வாவிகள் அடிதூர்ந்து கிடக்கின்றன
தேநீர் விடுதிகளும்
கத்தரிக்கப்பட்ட தாவரங்களும்
இளைஞர்கள் விரையும் அதிவேக வாகனங்களும்
நிறுத்தப்படடிருக்கும் சாலைகளில்
அவ்வப்போது சில
அயல்நாட்டவரையும் பார்க்க முடிகிறது
கெண்டைகள் துள்ளியதாகச் சொன்ன
வயல்வெளிகளுக்கிடையே
புகைபோக்கிகளுடன் கூடிய
ஆஸ்பெஸ்டாஸ் கூரைகள் எழும்பிபிருக்கின்றன
பிரச்சனைகள் தீர்ந்தபாடில்லை
வழிபாடுகளில் பாத்தியதை இல்லாத
கோயில் திருவிழாக்கள் வந்து போகின்றன
ஊருக்கு வெளியிலிருந்து நாங்கள்
ஒன்று சேர்கிறோம்
எங்கள் தலைவர்கள் சிலர்
அடையாளப்பட்டிருக்கிறார்கள்
தேர்தல்கள் வருகின்றன

வர்த்தகத்திற்கும் வாக்குகளுக்குமில்லாத
சாதி வெட்கம்
வாழ்க்கையை மட்டும் வெளியே நிறுத்தி பேசுகிறது
எல்லாம் மாறும் என்கிறார்கள்
நாங்கள் நடந்து கொண்டிருக்கிறோம்
ஆதி மரங்களின் கீழ் புதையுண்ட சுமைதாங்கிகள்
சின்னங்களாய்க் கிடக்க
கத்தரிக்கப்பட்ட தாவரங்களின் அருகே
ஒரு முட்டாள் மனிதனின் தேநீர் விடுதியில்
கோப்பைகள் விட்டெறிந்து
பெரும் சத்ததத்துடன் நாங்கள்
நடந்து கொண்டிருக்கிறோம்.

## கழுதைகளுக்காக கூச்சலிடும் போக்கிரிகள்

போக்கிரிகள் என்ன செய்கிறார்கள்
சாலைகளின் திசைகாட்டிகளை
சதா கிழக்கு மேற்காக மாற்றியமைக்கிறார்கள்
போக்கிரிகள் நாற்காலிகளின்மீது
மீன்தொட்டிகளை
மேலும் ஒரு நாய்த்தலையை
வைத்து அலங்கரிக்கிறார்கள்
சிலசமயம் மண்ணுக்குள்
தலையைப் புதைத்துக் கொண்டு
கால்களை உயரே தூக்குகிறார்கள்
பொறுப்பாய் மர இலைகளை எண்ணிகையிடும்போது
போக்கிரிகளைக் காண
வேடிக்கையாயிருக்கும்
சிலர் கழுதைகள்
முற்றிலும் காணாமல் போய்விட்டதாய்
கூச்சலிடுவார்கள்
நல்ல போக்கிரி
உலகம் தட்டையானதென்றும்
அதன் விளிம்பிலிருந்து
தான் கீழே விழுந்துவிடப் போவதாகவும்
நடித்துக் கொண்டிருப்பான்
ஆயுளில்
அதிகநாட்கள் உறங்கும் இப்போக்கிரிகள்
அறுவடை நாளில் எழுந்து வருகிறார்கள்

சிலர் நடனமாடுவார்கள்
சிலர் கண்ணீர் வடிப்பார்கள்
இப்போக்கிரிகளை மிக அருகில்
நன்கு விசையூட்டப்பட்ட
ஒரு துப்பாக்கியால் சுடலாம்
ஆயினும் அதிலொருவர் இறந்தபிறகு
அவ்வுடலை
மற்ற போக்கிரிகள் தின்றுவிட்டு மறைவதை
யாரும் காண முடியாது
ஒளிந்திருந்து தாக்கும் இப்போக்கிரிகள்
ஓநாய்களைப் போன்றே சுதந்திரமானவர்கள்
பல்கிப் பெருகி நீண்ட ஓட்டத்திற்கு விட்டே
தங்கள் இரையைக் கைப்பற்றுவார்கள்.

## எழுதுவதற்கு பழம் நினைவுகள்

முழுவதும் தீர்ந்தபிறகு நீ வந்தாய்
நாளிருந்தேன் கடலின் முகத்துவராத்தில்
அல்லது ஒரு சிறிய வீட்டில்
வருடந்தோறும் நமது கடவுள்கள்
சமையல்காரனாகவும்
புழுப்பூச்சிகளை அகற்றி
சுவரில் வர்ணமடித்தும்
உதவி செய்கிறார்கள்
நமது வேலை
செய்திகளை அறிவித்துக் கொள்வதுதான்
உனது இடது மார்பில் தேமல்கள்
விரிவடைந்து வருவதாகவும்
நாள்பட்டுவிட்ட சிநேகம்
புதிய அருகாமைக்குத் துயரமுறுவதாகவும்
மரணத்தின் முன்பு
உன் நகரத்தின் ஆடம்பரம்
இளையவர்களின் காதல் படபடப்புகள்
எழுதுவதற்கான பழம் நினைவுகள் அதனுடன்
எனது உலர்ந்த தன்மை மேலும்
இப்படியான பண்புகள் குறித்த
உனது சுவாரசியம்
அனைத்தையும் உறுதிப்படுத்த இயலாமல்
பெருகும் நகரச் சந்திடியினுள்ளே
உன்னை ஒரு வேசியாய்க் கைவிட்டு வந்த திருப்தியுடன்

என் மதுவின் அகாலத்தில்
ஆண்மையற்று உறங்குகிறேன்
இன்னுமொரு உதவி கடவுளிடம்
முகத்துவாரத்தில் வைத்து
ஒரு போத்தல் ஒயின்
மற்றும்
ஒரு கருவுற்ற மீன்.

திருடர்களின் சந்தை

# பறவைகளுக்கு இடமில்லை

ஆழ்குழாய்க் கிணறுகள் வழியாகவோ
கழிவறைத் துவாரத்தின் மூலமாகவோ
சிறுசிறு எறும்புப் புற்றுகளில் நுழைந்தோ
தயவுசெய்து
கனிமச் சுரங்கங்களின் வழியே மட்டும் வேண்டாம்
வந்தால்
நகரத்துக்கு அடியில்
புதிய உலகத்தின் உறுப்பினராகலாம்
அதன் கூரையில்
கால்களைத் தொங்கவிட்டு உறங்கும்
பிணங்களைத் தட்டிவிடாமல்
கிழங்குகளையும் வேர்களின் வழியே
கொடிமுந்திரிகளையும்
இழுத்துப் பறிக்கலாம்
தரையைப் பிறாண்டும்
சில மிருகங்களின் முகங்கள் தெரியும்போது
பயப்படத் தேவையில்லை
நீங்கள் நம்பும்படியாக
பொந்துகளில் நீர் வடிந்ததும்
துள்ளும் மீன்களை அள்ளிக்கொள்ள முடியும்
இடையே
மண்ணுள்ளிப் பாம்புகள்
மேலேறுவதை
சூரியனின் வால் என்றே
கீழுலகவாசிகள் அழைப்பார்கள்
தெருக்களில்லாத அவ்வுலகத்தில்
நெருப்பு நீர் காற்று நிலம் எல்லாம் உண்டு
ஆகாயம் மட்டும் மறக்கவேண்டும் நீங்கள்
சிறிய பூகம்பத்தின்போது அதன் வழியே
பனிச்சரிவில் ஒரு நாள்

கடல் தரை துளைத்து மறுநாள் என
இடம்மாறி நீங்கள் பயணிக்கலாம்
புதையும் ஒட்டகத்தின் கால்களைப் பிடித்துக் கொண்டால்
பாலைவனத்தின் மணல்
ஒரு கடிகையாய்ச் சொரிவதை
ரசிச்க முடியும்
நிலவறைகளில் ஏராளமாய் ஒயின் உண்டு
கொறித்துக் கொள்ள எலிகள் சேகரித்த
நிலக்கடலைகள் உண்டு
மற்றபடி இங்கு விற்பனர்கள் யாருமில்லை
நில அளவையாளர்கள் நீதிபதிகள் கிடையாது
பயம் வேண்டாம்
நிச்சயம்
கடவுள் கிடையாது
ஒரே ஒரு எச்சரிக்கை
மேலுலகத்தின் ஆவணங்கள் புகைக்கப்பட்டிருக்கும்
கொள்கலன்களை மட்டும் திறந்துவிடக்கூடாது
ஆகாயம் இல்லை என்பதால்
பூமிக்குள் தலையை நுழைக்கும் தீக்கோழிகள் தவிர
பறவைகளுக்கு இடமில்லை
எனவே
இறங்க வேண்டும
மேலுலகம் தாங்கும் வலிமை வேண்டும்
பிறகு
ஒரு நண்டு வளையில் இறங்கிக்கூட
சுலபமாகப் பாதாளம் வரலாம்
அங்கே
நம்பும்படியாகத் தற்கொலைகள் செய்து கொண்டவர்கள்
உலவுவதை நீங்கள் பார்க்கலாம்.

## சம்பவங்கள்

முக்கியமான குறிப்புகளால்
நிரப்பமுடியாத வருடங்களை
ஞாபகமற்றுச் சொன்னதாகத்தான் ஒப்புக் கொள்கிறேன்
ஒருவன் எவ்வளவு நேரம்தான்
உடல் பற்றிய சிந்தனையில் இருக்க முடியும்
நீண்டகால மரங்கள் தங்கள் இருப்பில்
ஒருபோதும் பொய்கள் சொல்வதில்லை
பாதி நாட்களைக் கடவுள்
விநயத்துடன் எடுத்துக் கொண்டு விடுகிறார்
அம்மாதிரியான நாட்களை
இழந்துபோனதாகக் குறிப்பிட முடியுமா
ஒரே ஒரு முறைதான்
பெண்ணொருத்தி மன்னித்தாள்
இம்மாதிரிச் சம்பவங்களை
அறிமுகப்படுத்தும்போது
ஒருவருக்கும் கிளர்ச்சி ஏற்படுவதில்லை
நான் ஒப்புக் கொள்கிறேன்
அறிந்ததற்கும் அறிவொணாததற்குமிடையே
உலகம்
மிக அவசரமாகத்தான் இயங்குகிறது
பிறகு ஏன்
ஒருவன் தன் குரல்வளையைத் தானே
அறுக்க முயல்கிறான்
ரத்தம் கசிய விளாறும்
சவுக்கைப் பிடித்து அவள் ஏன்
ஆதுரத்துடன் முத்தமிடுகிறாள்
சொல்லுங்கள்
ஒருவரின் பாதி நாட்களில்
என்னதான் நடந்துவிடுகிறது.

# மிருகங்களுடன் உடலுறவு

எழுதுதல் என்பது
வெகுதூரம் ஓடிவந்த ஒரு நாயின் நாக்கு வியர்ப்பது
அல்லது
தாவரங்களின் விதைகளிலிருந்து அர்த்தததைத் துண்டிப்பது
எழுதுதல் என்பது
இளம்பெண்ணின் இனப்பெருக்க உறுப்புகள் வளர்ந்து வருவது
அல்லது
பறவைகள் வந்தடையும் இரவுநேர மரத்தை வரைய முயல்வது
எழுதுதல் என்பது
பழங்கால மதத்தின் எதிர்காலத்திற்கான நிகழ்காலக் குற்றம்
அல்லது
இறைச்சிக்கென காயடிக்கப்பட்ட பன்றிகளின் கொட்டிலில்
ஒரு முனகல்
எழுதுதல் என்பது
தொழிற்சாலைகளில் உறுப்பிழக்கும் ஆபத்து
அல்லது
அலைகள் மட்டுமே சப்தமிடும் தீவின் நடுவில்
ஒரு வதைமுகாம்
எழுதுதல் என்பது
மொழி தோன்றுமிடத்தின் பரிணாம அவஸ்தை
அல்லது
இறந்த மண்டையோட்டின் பல்வலி
மேலும் எழுதுதல் என்பது
வரலாற்றிலிருந்து தானியக்கூடங்களைப் பாதுகாப்பது
அல்லது
வனங்களில் விலங்குகளுடன் உடலுறவுக்கு முயல்வது.

# கடைசி தானியம்

ஊர் தின்னும் நோய் வந்தபோது
நூற்றுக்கு எட்டுபோர்
இடம்பெயர்ந்து போனார்கள்
மொத்தம் பதின்மூன்று மூதாட்டிகள்
தலைமாட்டில்
முளைப்புப் பயிர் வைத்துப் புதைத்தாயிற்று
ஐம்பதுக்கு ஆறுவீதம்
கால்நடைகள் கழிச்சல் கண்டன
ஒரு கிடையாடே செத்துப் போனது
கிணற்றில் விழுந்து மிதந்த
கர்ப்பஸ்த்ரீக்கு நோய்க்கான அறிகுறி ஏதுமில்லை
ஒரு அரசு அதிகாரி சஸ்பெண்ட்
தலையாரிகளில்லையெனில்
சாதி வாரிப் பிறப்பு இறப்பு கணக்கு
தெரியாமலே போயிருக்கும்
பாதி நோயை பக்கத்து ஊர்க்காரர்கள் வாங்கிக் கொள்ள
தொடர்ந்து ஒரு நகரத்தின் கோடியிலும்
அது தொற்றியது
வீடுகளும் காடுகளும் புல்வெளிகளும்
பறவைகள் வந்திறங்கும் இடம் யாவும்
நோய் தாக்கும் அபாயம் பெருகியிருந்தது
சில நூறு வருடங்கள் கழித்து
விண்வெளியிலிருந்து
சிலர் இறங்கி வந்தார்கள்

கொஞ்சம் தலைப்பிரட்டைகளை
தண்ணீரில் விட்டார்கள்
அதன் கரையில்
பெரணிக் கிழங்குகளும் வீசப்பட்டன
அவர்கள் விண்ணேறும்போது
கடைசி மக்காச்சோளக் கதிரொன்றை
கொறித்துக் கொண்டிருந்தது
மனித உருவில் ஒரு வௌவால்.

## பிரதானமான நிலக்காட்சி

பல்முனை வணிகத்தின்
பிரதான பிச்சைக்காரனாகிய நான்
அழுகிய காய்கறிகள் விரயமாகும் சந்தைக்குள்
தெருவில் அலையும் மிருகத்தின் சாவதானத்தோடு
எல்லாவற்றிலும் வாய்வைத்து
முதுகுத்தண்டில் அடிவாங்குகிறேன்
நீங்கள் பார்த்திருக்கலாம்
சிறிய பாலிதீன் பையில்
காய்ந்த முள்ளங்கிகளைச் சுமந்து திரிபவனை
அல்லது
மேம்பாலத்தின் நடைபாதையில்
தன் கந்தல்களை வைத்து தனியே குடித்தனம் பண்ணும்
ஒரு காலழுகிய பெண்ணை
தேசத்தின் பிரமாதமான நிலக்காட்சி அது
இவர்கள்தான்
காலத்தின் சந்தையின் நடுவே
மோசடிக்காரர்களை அறைந்து கொல்லும்
சதுக்க பூதமாக இருந்தார்கள் என்பது
எவ்வளவு கேலிக்குரியது
என் பிச்சைக்காரத்தனத்தின்மீது
ஆணையிட்டுச் சொல்கிறேன்
விமானத் தளங்கள்
மென்மேலும் புதுப்பிக்கப்பட்டும்
ஒருநாள் போல் இன்னொரு நாள் இல்லை என்பவர்களுக்கும்

ப+மியின் விலை பன்மடங்காகிவிட்டதென
ஆறுதல் கொள்பவர்களுக்கும்
பெண்களிடம் துரோகம் மட்டுமே எஞ்சியிருக்கிறதென
ஆட்சேபிப்பவர்களுக்கும் சேர்த்தேதான்
சாபமிடுகிறேன்
ஒருநாள் இவ்வுலகின்
வீடுகள் மதுவிடுதிகளாகவும்
வேசைத்தனத்தின் படுக்கயைறைகளாகவும்
மாறும்பொழுது
உங்கள் நிலக்காட்சிகளை
பங்குச் சந்தைகளல்ல
மன்றாட்டும் கடவுளுமல்ல
ஆயுதச் சந்தைகளே தீர்மானிக்கும்.

திருடர்களின் சந்தை

## நிலமெனும் நல்லாள்

அன்பர்களே
இனம்புரியாத காதலர்கள்
மிகுந்த உற்சாகத்துடன் முத்தமிட்டுக் கொள்வதை
ஒரு வானம்
எவ்வளவு பெருந்தன்மையாகக் களிக்கிறது
இப்படித்தான் பயணிகள்
தாங்கள் நெடுநாள் வசித்துவந்த
சாக்கடை சூழ்ந்த வாழ்விடங்களை
வன்முறைகள் பரிமாறிக் கொண்ட தெருக்களை
ஒருவருக்கொருவர்
கொலை செய்யத் துணிந்த காரணங்களை
மறந்து போனார்கள்
மேலும்
சிலவேயான மண்குழிகளுக்குள்
பல்லாயிரம் பேர்கள் புதைக்கப்பட்ட
ஒரு ஊரின் நூற்றாண்டுக் கதையை
அவமானத்துடன் காறி உமிழ்ந்தார்கள்
கூடாரங்களுக்கு வெளியே
குளிர்ந்த இரவை
நெருப்பில் வாட்டும்போது
அவர்கள்
ஒரு தேசத்தின் இறையாண்மை
தன் எல்லைகளைக் கடந்துவரும்
பூமியின் பயணிகளைக் கொலை செய்யுமெனில்

வீடற்றவர்களின் தற்கொலைகளையே
நினைவுச் சின்னமாகக் கொள்ளவேண்டி வரும்
எனப் பாடுகிறார்கள்
வாக்குறுதிகளின் கீழ் வெகுகாலம் தேங்கிவிட்டார்கள்
வெட்கப்படவும்
இருப்பிடத்தின் துக்கத்திலிருந்து
வீங்கிய கண்களுடன் பிரேதங்களைப் போல
எட்டிப் பார்ப்பவர்கள்
மெலிதாய்ப் புன்னகைக்கவும்
வெட்டுக்கிளிகள் போல அவர்கள்
விளைச்சல் நிலங்களைக் கடந்து
அடுக்குமாடி மற்றும் தொழிற்சாலைகளின் வாசல் முன்பு
நடனமாடுவதை
பெருந்தன்மையாய் ஒரு கடவுள்
அவர் யாராயிருப்பினும்
ஆசீர்வதிக்கவில்லையெனில்
நிலமெனும் நல்லாள்
எப்படித்தான் நகும்.

# விடுபட்ட காலங்கள்

எனது உதைபந்தைத் தொலைத்துவிட்டேன்
அவளது முத்தத்தின் ஈரச்சுவையை
சாலைமரங்கள் பனியாய் வடிக்கின்றன
இந்த நகர வெப்பம்
எனது பாடலை
கடல் கரைக்கு இழுத்துச் செல்லும்
அவள் தன் இரவின் ஆடையை
பலகணியில் நின்று உலர்த்திக் கொண்டிருப்பாள்
எனது கால்சராயைச் சுருட்டுகிறேன்
ஈரமான குடியிருப்புகளுக்கு மேலே
நட்சத்திரங்கள் நகர விளக்குகளுடன்
கண்மயங்கி விட்டன
இந்நாட்களில் ஒருவனை
காதல் மட்டுமே அர்த்தப்படுத்திவிடக்கூடும்
மேலும் ஒரு பெண்ணின் தேர்வுதான்
இந்நகரத்தின் அலங்காரமும்கூட
எனது பாடல் உதடுகளிலிருந்து
விடுபட்ட காலங்களுக்கு
மற்றும்
இந்த நகரத்தின் புதிர்வழிச் சந்துகளுக்குள்
வௌவாலாய்ப் பயணிக்கிறது
காமத்தின் பரவசங்களை இழந்துவிடும்போதுதான்
ஒருவன் ஞானியென நடிக்கத் துவங்குகிறான்
நேசிப்பற்றுப்போன தனிமை எல்லாவற்றையும்

அரூபப்படுத்தவும் செய்யும்
நான் அடிபணிகிறேன்
ஒரு புரண்டு படுத்தலில்
அடையாளமற்றுப் போய்விடும் இருளில்
எனது உதைபந்து வானத்து நிலவாய் மிதக்க
காதலின் மிதமிஞ்சிய உஷ்ணத்தில்
உலகம் துவங்கியதன் சாட்சியாய்
மழைக்கால முத்தங்களுக்காக
யாவும் கைமாறும் நகரத்தில்
ஒரு பாடலோடு அலைகிறேன்.

## கோதுமையின் விலை

கோடை காலத்தின் மத்தியில்
மௌனமாகிவிட்ட ஒருவனையும்
பொய்த்துப்போன குளிர்பருவத்தில்
ஒரு சினை மாட்டையும்
புணர்ச்சியின் போதெல்லாம்
அடிவயிறு வலிக்கும் நோய்க்காலத்தில்
ஒரு பெண்ணையும் சந்தித்தேன்
நத்தைக் கூடுகளையும்
பாம்பு முட்டைகளையும்
சேகரிக்கும் குழந்தைகளையும்
பார்க்க முடிந்தது
எனக்குக் கிழக்கே
நிலைமை மிக மோசமாக இருந்தது
வடக்கிலிருந்து வாழ்வை
நதிகள் மூலம் முரண்படுத்தியவர்க்ள
இருப்பைப் பலியிட்டு
வன்மத்தைப் பரிசோதித்துக் கொண்டார்கள்
மத்தியிலிருந்த நிலத்தில்
கோதுமையின் விலை உயர்ந்து கொண்டிருந்தது
திசைகளின் நிலங்களில் வாழ்வை எழுதிச் செல்லும்
எனது நிகழ்காலம் போலன்றி
ஒரு பெண்ணை
ஆழ்ந்த முத்ததிலாழ்த்தும் எதிர்காலத்தை
எந்தக் கரிசனமுமற்ற

அடைமழைக்கு ஒப்படைத்தேன்
அப்படித்தான்
தடுப்பூசிகளில்லாத காலத்தில்
வெறிநாய்கள் அலையும் தெருக்களையும்
எளிய போதைக்காக
பெட்ரோலை முகர்ந்து திரியும் ஒரு குடியானவனையும்
சுயவெறுப்பில் தங்கள் அடையாள அட்டைகளை
அரசு அலுவலகத்தில் எறிந்துவிட்டுப் போகும்
வறிய மனிதர்களையும்
ஒருசேரக் காண முடிந்தது.

# விடைபெறுதல்

நான் சாலைகளை நதியென்பேன்
நீ மரங்களைக் காமம் என்பாய்
அவன் கூறுவான்
கடவுள் நமது வீடுகளைக் கட்டும்போது
உனது உடலில் தனது பெயரை
ஒரு பெயர்ப்பலகையெ விட்டுச் செல்வானென
அவனை விடு
அதன்படி கடைசி நாளில்
நீ எனை மறுதலிப்பாய்
வீடற்றவனின் கடவுள் குறிகளற்று
சென்றடைய முடியாத
சிகரத்தின் மீதிலேறி
தற்கொலை செய்துகொள்ளும்போது
உனது விடைபெறுதல்
இறந்த காலங்களை
வார்த்தைகளற்றதாக்கும்
ஆயினும்
கடவுளுடனான
உனது புணர்ச்சியை மதிக்கிறேன்
இறுதியில்
மரங்களடர்ந்த சாலைகளிலிருந்து
நீ விடைபெறுவாய்.

# புல் தைலம்

இந்த முறை கடற்கொள்ளையர்கள் வந்தபோது
கன்றுக்குட்டிகளையும்
இளம் வேசிகளையும்
அழைத்துப் போனார்கள்
நாங்கள்
ஓர் நீரிறைக்கும் இயந்திரத்தை
செப்பனிட்டுக் கொண்டிருந்தோம்
பள்ளத்தாக்குகளிலிருந்து
புல் தைலம் இறக்குபவர்கள்
நொய்ந்த தானியங்களை
பரிவர்த்தனை செய்து கொண்டார்கள்
ஆலயத்திற்கான
காணிக்கையும் வசூலிக்கப்பட்டது
ஆடைகளைப் பதனிடும்
சாய இலைகளை விற்று வரும்படி
எங்களுக்குக் கட்டளையிருந்தது
முதிய பிரசங்கிகளுக்கு
கூழ் காய்ச்சும் பெண்கள்
தங்கள் கர்ப்பஸ்த்ரீகளை ஆசிர்வதிக்கும்படி
அவர்களின் கைகளில்
முளைகட்டிய தானியங்களை நிரப்பினார்கள்
பற்கடிப்பும் வாய்ப்புலம்பலும்
நீங்குவதற்கென
அவர்கள் செபித்தனர்
நீர்க்கிழங்குகளைக் கூச்சலுடன்
எறிந்து விளையாடும் சிறுவர்களை
மண்பாண்டம் விற்பவர்கள்
அதட்டிக் கொண்டிருக்க
முதன்முதலாக அந்த நாடோடிகளை
நாங்கள் கண்டோம்.

# பறவைகளின் பாடல்

உன் இளம்பருவத்து அதிகாலையை
முதல் கண்விழிப்பை
அந்தப் பதுங்குகுழியலின் உடல் சூட்டினை
தியானிக்கிறேன்
கடந்த நூற்றாண்டின் பக்கம்
ஞாபகங்கள் இல்லை
உன் அடிவயிற்றில் நான் இடும் முத்தத்தை
மேலும் எனதுடல் மீதான வன்முறையை
அவைகள் தங்கள் தராசில் எடையிடுகின்றன
இன்னும் ஒரு கணம்தான்
இறந்தவர்களின் காலத்திலிருந்து
நான் அடையாளப்படும் கதை ஒன்றை
நீ பாடலாக்கி
இக்காலையை முக்கியமாக்குவாய்
சிறுத்து ஓடும் வாய்க்கால் நீரின் மேல்
உன் பெயரை என் பால்யத்தால்
எழுதி எழுதி நிலைநிறுத்துவேன்
அன்பே
உன் உதடுகளால் தீண்டலுறும்
புராதன சகவாசம் குறித்து
ஒரு அசைவு மேலும் ஒரு அடவு தெறித்து
பிரபஞ்சம் இழுத்து அடங்குகிறது
உதடு குவித்து நீ ஊதிய
இளங்காலையை
அதன் பறவைகள்
தங்களது மெல்லிய வாயால்
பாடிப்போவதை நான் கேட்பேன்.

# ஆலயத்தின் கழிவறை

இரவு இறங்கும் தெருக்களில்
காதல் பைத்தியமாய்ப பற்றிக்கொள்கிறது
கட்டிடங்களின் கீழ்த்தளத்தில்
முத்தமிடுபவர்களை
சாரல் மழை இறுக அணைக்கும்
வாகன ஓட்டுநர்கள் மெலிதான போதையில்
காதலர்களை வீடு சேர்க்கும்போது
சாலை கடக்கும் மேம்பாலத்தில்
புகைத்துக் கொண்டிருந்தேன்
பிரதான நகரத்துக்கு வெளியே
குடியிருப்புகளில்
விளக்குகள் இன்னும் எரிகின்றன
உணவு விடுதிகளைத் தவிர
சில பெட்ரோல் நிலையங்கள் மட்டும்
இயங்கியபடி இருக்க
ஒருபோதும் உறங்காத சூதாட்ட மையங்களையும்
கடல் நீரிலிருந்து மின்சாரம் எடுக்கும்
உயரமான அனல் கூம்புகளையும்
சுத்தம் செய்யப்பட்ட பன்றி இறைச்சிகளை
ஏற்றிச் செல்லும் குளிர்பதன வேகன்களையும்
அதிகாலைக்குள் கேபிள் நரம்புகளைப் புதைக்க
சாலையைத் தோண்டி மூடும்
புல்டோசர்களின் இரைச்சலுக்கும் அப்பால்
மூலைக்கு மூலை காவல் நிலையங்களைக் கொண்ட

## திருடர்களின் சந்தை

இந்நகரத்தின் ஆன்மாவை நிகழ்த்த
பாலத்தை விட்டிறங்கி
வீடு திரும்புவதற்குள்
தன் உணவு விடுதியைப் பூட்டி
சந்திக்க வரும்
ஒரு இளம்பெண்ணுக்காக
காத்திருக்கிறேன்
சமீபத்தில் புதுப்பிக்கப்பட்ட
ஆலயத்தின் கழிவறை ஒன்றில்.

## புதிய நூற்றாண்டு

வழிபாடு செய்வதிலிருந்து
விலகிய நாள் ஒன்றில்
சைக்கிள் பந்தயத்தில் கலந்து கொண்டு
குருத்து மூங்கில்களைப் பரிசாகக் கொண்டு வரும்
சிறிய பெண்ணின் தெரு
பழங்களை விலையாகவும்
பறவைகளை இறைச்சியாகவும் கூவிக்கொண்டிருந்தது
நானொரு காதலுக்காக
கிழிந்த தொப்பியுடன்
ஓநாயைப் போல் அதன் முனையில்
ஊளையிட்டுக் கொண்டிருந்தேன்
இந்த நகரத்தை அதன் விதிகளிலிருந்து கடத்துபவர்கள்
சென்ற நூற்றாண்டில் இறந்த ஒருவனை
உடனே அடக்கம் செய்ய வேண்டுமென
போராடிக் கொண்டிருந்தார்கள்
முதிர்ந்த மூங்கிலைத் துளையிட்டு இசைக்கும் ஒருவனால்
மொத்த நகரமுமே தெருவில் இறங்கியிருந்தது
அச்சிறு பெண் அந்நாளை
மண்டியிட்டு
இறைவனுக்குக் காணிக்கையாக்கினாள்
தொப்பிக்குள் மறைந்திருந்த ஓநாய்த் தலையை
மெல்ல உயர்த்தினேன்
மணிக்கூண்டிலிருந்த பூனை
கிறீச்சிட்டு அலறித் தாவியது
கலைந்து ஓடிய கூட்டத்தின் நடுவே
புதிய நூற்றாண்டின் மீது
விழுந்து கிடந்தது
இளம் குருத்து.

திருடர்களின் சந்தை

## காய்க்க மறுத்த முருங்கைகள்

நீ தந்த இசைத்தட்டுகளையும்
முத்தங்களையும்
ஆடை இழந்து கிடக்கும் உடலில்
தேக்கியிருக்கிறேன்
எனது நாவாயில் பயணிக்கும்
உனது துடுப்புகள்
நீரலைகளை உந்துகின்றன
இளம் பருவத்தை நேசிக்கும்
இப்படுக்கைகள்
காலங்களில் நாம்
தவறவிட்ட கதையை
இப்போதாவது எழுதிக்கொள்ளட்டும்
உன்னோடு நானும் சேகரித்த
இளம்பெண்களின் ரோமங்களையும்
உதட்டுச் சாயங்களையும்
பருவத்தின் இடையே ஒரு முறை
காய்க்க மறுத்த முருங்கைகளின் கீழ்
புதைத்திருக்கிறேன்
அலுப்பூட்டும் வார்த்தைகளுடன்
அதிகச் சிநேகிதம் கொண்டதும்
அறியாத் தத்துவங்களினடியில்
குற்றவாளிகளாய் மீந்ததும்
யாரின் முன்னால் நம்மை சஞ்சலப்படுத்தியது
ஏறிய சாறு உன் உதட்டில் கனியாகும்போது
எனக்கு அதை நீயும் நானும் பரிமாறும்போம்
நட்சத்திரங்கள் கூடுதலாக ஒளிர்ந்ததாக
ஒரு கதை சொல்வேன்
தட்டுக்கள் சுழல இசை
அறை முழுக்க அதிர்வெழும்பும்.

# வீடற்றவர்களின் உலகம்

பணிவற்றுப்போன ஒரு நாளில்
அநேக நியாயங்களுடன்
சில ஆறுதல் வார்த்தைகளையும் சுமந்து வந்தாய்
அவன் பழைய சிலுவைக் கட்டைகளை
விறகிற்காகப் பொடித்துக் கொண்டிருக்க
இன்றைய கன்னித் தன்மையை
நேற்றைய இரவில் தேடாதே என்று
ஒருத்தி கர்ஜிக்கிறாள்
கேட்கிறதா
எதிர்காலம் குறித்த அச்சமூட்டும் பீடிகைகள்
சில உணவுத்தட்டுகளை நிரப்பிக் கொண்டிருப்பது
சிறிய மந்தைகளின் அழுகுரல்களின் ஊடாகத்தான்
அவற்றை மலைப்பாம்புகளாய்
தோள்களில் சுமந்திருக்கும் ஒருவனின் உடலில்
சில விலங்குகளைப் பூட்டுவது
பெருகும் கருணையின்
மூல ஊற்றைத் திறக்கும்படிச் செய்யவே எனில்
இன்று பிறந்த முதல் குழந்தையின் அழுகையை
அதற்குக் காணிக்கையாக்குவதுதான் நல்லது
அதற்கப்பாலும் ஒரு பறவை
கூட்டிலிருந்து தவறி விழுந்த குஞ்சிற்காய்
கீச்சிடுவதை
யார்தான் பொறுத்துக் கொள்ள முடியும்
தொடர்ந்து வாகனங்கள்
ஊர்ந்தும் விரைந்தும் போகும் சாலையின் முடிவில்
நீதிக்கான தகவல் பலகையை
யார்தான் நடுவார்களோ
விபத்துகளும்கூட அதை
முன்னரே தீர்மானித்துவிடுவதை இப்போது
ஆய்வுக்கு உட்படுத்துவது தேவையற்றது

## திருடர்களின் சந்தை

ஒரு பத்தாயிர வருட வரலாற்றை
இடையில் தூக்கிப் போட வேண்டாம்
அதிலிருந்து வெளிப்படும்
பழம் வீடுகளையும்
யுத்தக் காட்சிகளையும்
புனிதர்களின் உருவப்படங்களையும்
பிணங்களோடு அலங்கரித்த மணப்பெண்களையும்
குழந்தைகளின் நிர்வாணத்தோடு
பழைய நடனங்களையும்
ஒரு தாயின் கண்கொண்டு
யாரும் பார்க்க முடியாது
ஓராயிரம் திராட்சைக் கூடங்கள்
எதிர்கால மதுவை
நொதித்திருக்கும்படி வைத்திருக்க
ஏராளமான நிலங்களில்
தானியங்களும் அறுவடையாகிறது
பற்றாக்குறையின் புனைவிலிருந்து உருவாகும்
ஆறுதல் வார்த்தைகள்
ஒரு கனிந்த பலாக்கனியாய்
தரை விழுந்து வெடித்துச் சிரிக்கிறது
அதன் விதைகளை இடம்பெயர்த்து
எடுத்துச் செல்லுமாறு
வனவிலங்குகளிடம் மட்டும்தான்
இறைஞ்சமுடியும்
ஒரு நீதிமன்றவாசலின் முன்பு
சத்தமிட்டபடி நடனமாடும்
பைத்தியக்காரனை
பிறகு யாராலும் என்ன செய்ய முடியும்
ஆலயங்களோடு அரசு வீடுகளையும்
தங்கும் விடுதிகளாக்கி
புனிதப் பாடல்களையெல்லாம்
ஒரு தாலாட்டாக்க முடியுமெனில்
வீடற்றவர்களின் உறக்கத்திற்கு

ஏன் வரலாறு முழுக்கப் போராட வேண்டும்
மாடங்களிலும் சாளரங்களிலும்
தங்கும் பறவைகளுக்கு
சிறிய கானகங்களை
பதிலாக தருவதில்தான்
இருக்கிறது ஒரு நகரத்தின் ஆன்மா
பழையபடி ஒரு புனைவிற்குள் செல்வோம்
தாயின் கனவுகளால் இழுத்து வரப்படும் ஒரு கவிஞன்
தனது தேசத்தின் நிர்பந்ததங்களுக்கு எதிராகப் பேசுவது போல
மேலும் அவனது ஒரு வார்த்தை
பொறுக்கிச் சேகரித்த பழஞ்சொற்கிடங்கினை
தகர்த்தெறியவதைப்போல
நாம் அதை தேவதையின் கண்களால் வாசிக்கிறோம்
தேவையற்று மண்ணிற்கு வந்த ஒரு கடவுளின் கையாள்
தன் கண்களை மூடி அவமானமடைந்த சம்பவங்களும்
தப்பியோடிய கடவுள் வார்த்தைகளே இல்லாத தேசத்தில்
அடைக்கலமாகி மறுபடி உயிர்த்ததையும் அறிந்திருக்கிறோம்
பலநூறு அக்ரோணிகளைக் கொன்றுவிட்டு
உருவாக்கிய நியாயங்களையே கர்மமாய்
ஒரு பலனுமின்றி சுமந்து வந்துள்ளோம்
அனைத்தையும் ஒரே நூலில் கோர்த்துவிடலாம்
அதை அணியும்போது கழுத்தின் பாம்பு
தன் உறுபசியின் ஆவேசத்துடன் அதை
விழுங்குவதைக் காண்போம்
நம் தலைமீது ஒரு பெண்ணின் பாரம் தாங்காமல்
பாதங்கள் சேற்றில் ஆழ்ந்து கிடக்க
கைக்கெட்டும் தூரத்தில் சுருங்கிவிட்டது
ஒரு பாழ்நிலம்
ஒருவேளை உணவை வாயருகே இலவசமாய்
கொண்டுவர முடியாத உலகத்தில்
நொதிப்புத் தாளாமல் வெடித்துச் சிதறுகின்றன
மதுப் பீப்பாய்கள்
கடலிலும் மணலிலும்

இறக்கப்படும் தானியங்களையும்
இறைச்சிகளையும்
விலைப்பட்டியலில் இனி ஒருபோதும்
அடையாளம் காண முடியாது
பணத்தால் கடற்கரை நகரங்களை
கேளிக்கைக்கெனத் திறக்கும்போது
கரையில் பேரழகுடன் திறந்துகிடக்கும்
பெண்களைக்கண்டு பெருமூச்சு விடுகிறோம்
ஒரு புதிய வாகனத்தை அறிமுகப்படுத்தும் அவளோடு
எதிர்காலத்தை மூடிக்கொள்ளும் கனவுகள்
தீர்மானிக்கப்படுகின்றன
ஒரு இரண்டு சக்கர வாகனத்தின்
கைப்பிடிகள்
பெண்களின் மிருதுவான மார்பகங்களால்
செய்யப்படுவதாக
நிபுணர்கள் கணிக்கிறார்கள்
இப்போது பணிவற்றவன் என்ற சொல்லை
வேறு வழியின்றி
வீட்டின் நிலைப்படியில் அடித்து வைத்தாயிற்று
நல்லது
விசுவாசத்துக்காகக் கூட
நாய் வளர்க்காத ஒருவனிடம்
பேசிக் கொண்டிருப்பது
வாசல் மரத்தின் இலைகளை சப்தமற்று உதிர்க்கிறது
பௌர்ணமி நிலவில்
அம்மரத்தின் அடியில்
ஒரு பாடலை
மூங்கிலில் இசைப்பது எனது வழக்கம்
மற்றபடி அதன் கிளர்ச்சியின் புலன்களோ
அறியமுடியாதது
ஒரு முட்டாள்
நூறு கிலோ உப்பு மூடையை
இரண்டு ரூபாய்க்கு முதுகில் சுமக்கும்போது

ஒரே தடவையில்
மூன்று டன் சர்க்கரையை
கப்பலில் ஏற்றும்
ஒரு கிரேனின் உழைப்பு மதிப்பு
எவ்வளவு என்பதாய்
பாடத்திட்டத்தில் இல்லாத
ஒரு கணக்கிற்காக
போன தலைமுறை முழுவதையும்
நாம் காணிக்கையாக்கத்தான் வேண்டும்
உழைப்பதற்கு உணர்ச்சியற்ற உடலங்கள்
இன்னும் மலிவாக இருக்கும்போது
செயற்கை உயிர்களுக்கு தடை விதித்தவர்கள்
மனிதாபிமானிகளாகத்தான் இருக்க வேண்டும்
ஒளிந்திருக்கும் விஞ்ஞானத்தின்முன்
கடைசித் தொழிலாளி உயிரற்று விழும்போது
அதிகமான பழங்களும்
அபரிமிதமாய்ப் பெருகிய விலங்குகளும் தாவரங்களும்
மிகச் சொற்பமாய் மனிதர்களும்
மீந்து விடலாம்
மாற்று உறுப்புகளுக்காக பெயரிடப்பட்ட குளோன்கள்
ஆய்வகங்களில் இரட்டை இதயங்களோடு
வளர்ந்துகொண்டும்கூட இருக்கும்
பிறகு ஒரு நியாத்தைக் குவிக்க
இத்தனை வார்த்தைகள் தேவையிருக்காது
பரந்த நிலங்களில்
ஜீவராசிகளை மட்டும் தேக்கி
அதிகரித்துவிட்ட மனிதர்களைக் கொல்லும் திட்டத்தில்
ஒருவனது பெயர் எத்தனையாவது என்றும் தெரியவில்லை
நாளை அணு உலைத் தளத்திலிருந்து
பாயும் மின் வேலியிட்ட தொகுப்புக் கட்டிடங்களுக்கு
வெளியே
பசிநிறைந்த ஒருவனாய்ப் போராட
அநேகர் இருக்கப்பபோவதில்லை

### திருடர்களின் சந்தை

தலைமுறைகளுக்கு எதிராக நிற்கும் துப்பாக்கிகளுக்கு
முன்னால்
பணிவற்றவர்கள் துடித்து விழும்போது
பின்னணியில் உயிர் இழக்க அஞ்சி
இலவச உணவைப் பெறும்
கடைசி மனிதனாக
ஒருவன் நீள்வது அர்த்தமற்று
ஏதுமறியாத
எளிய உயிர்களையும்
நிலங்களோடு அதன் நீர்நிலைகளையும்
காட்டிக் கொடுக்கவும்
அதனை வசப்படுத்தி ஏதொன்றுக்கும்கீழ்
தீர்மானிக்கவும் ஆன வார்த்தைகள் ஏதும்
இதில் இருந்தால்
வாசிப்பில் அது பகிரங்கமாகும்போது
இன்றைய கன்னித்தன்மையை இழந்து
உடைந்த சிலுவைகளைக் கொண்டு
எதிர்கால உணவைத் தயாரிப்பதே
மிகவும் நல்லது
அதன்பிறகு
ஆயிரம் அக்ரோணிகளும்
ஒரு அணுகுண்டு சமமாயிருக்க
பலகோடித் தற்கொலைகளுக்கும்
பற்பசை மற்றும் முகப்பூச்சுகளுக்கும்
ஒரு அரசாங்கம் சமமாகி விடத்தான் செய்யும்.

## யவனிகா ஸ்ரீராம் (1960)

இளங்கோ என்ற இயற்பெயர் கொண்ட யவனிகா ஸ்ரீராம், திண்டுக்கல் மாவட்டத்தில் உள்ள சின்னாளப்பட்டி என்ற ஊரைச் சேர்ந்தவர். இராமசாமி - மகமாயி தம்பதியினரின் இரண்டாவது மகனாகிய இவர், பள்ளி இறுதி வகுப்பை முடித்துள்ளார். இதுவரை ஆறு கவிதைத் தொகுப்புகளும் இரண்டு கட்டுரைத் தொகுப்புகளும் வெளியாகியுள்ளன. இவருடைய கவிதைகள் ஆங்கிலம், மலையாளம், கன்னடம் மற்றும் இத்தாலி மொழியில் மொழிபெயர்க்கப்பட்டுள்ளன. கல்லூரிகளில் தமிழ் முதுநிலை மாணவர்களுக்கிடையே நவீன கவிதைகள் குறித்தும் பின்காலனிய பிரச்சினைகள் குறித்தும் உரையாடிவருகிறார்.

விருதுகள்: ஆனந்த விகடன் விருது, விருத்தாச்சலம் களம் புதிது விருது, நெய்வேலி லிக்னைட் கார்ப்பரேஷன் விருது, பாண்டிச்சேரி மீறல் இலக்கியக் கழகத்தின் கபிலர் விருது, திண்டுக்கல் கலை இலக்கியப் பெருமன்றத்தின் பாப்லோ நெருடா விருது ஆகியவற்றைப் பெற்றுள்ளார்.

மனைவி: மல்லிகா, மகள்: ராதா, மகன்: ராகவன்

பேச: 8220449204